மக்கள் கரமும், மன்னர் சிரமும்

கா. ந. அண்ணாதுரை

Title: Makkal Karamum Mannar Siramum

Author: C. N. Annadurai

Language: Tamil

First Published on: 1946

Year of Publication: 2024

Book Format: Paperback

*Page Size: 6inch * 9inch*

Category: Fiction

Subject: Short Novel

No. of pages: 60

ISBN: 978-81-987963-4-9

Published by: Nilan Publishers, Madurai, Tamilnadu, India

பொருளடக்கம்

குறிப்புகளுக்காக

மக்கள் கரமும், மன்னர் சிரமும்

பகுதி: 1

மார்க்கத் துறையிலே, மன்னன் வற்புறுத்திய முறைகளை ஏற்க, ஸ்காட்லாந்து மக்கள் பிடிவாதமாக மறுத்துவிட்டனர். 'என் ஆணைக்கா எதிர்ப்பு' என்று மன்னன் ஆர்ப்பரித்தான். 'எமது கொள்கையை இழக்க மாட்டோம்' என்று மக்கள் முழக்கமிட்டனர். மன்னன், 'போர்' என்றான். மக்கள், 'தயார்' என்றனர்! மன்னன்தான் தயாராக முடியவில்லை; பணமில்லை!!

ஆண்டொன்றுக்கு 9,35,000 பவுன் தேவை என்றனர் படைத்தலைவர்கள். 30,000 வீரர்களாவது தேவை, மலைவாசிகளான ஸ்காட்லாந்துக்காரரை முறியடிக்க! இந்தப் பெருந்தொகையைப் பெறுவது எங்ஙனம்? பழைய சங்கடம் மீண்டும் தலைதூக்கிற்று. சூள் உரைத்துவிட்டான் மன்னன், ஸ்காட்லாந்துக்காரரை அடித்து நொறுக்கி அறிவு புகட்டுவதாக; பணம்? மன்னன், திண்டாடினான்.

அங்கே, ஸ்காட்லாந்தில், தாயகத்தைக் காக்க வீரப்படை திரண்டுவிட்டது. பல ஆண்டுகள், ஸ்வீடன் நாட்டிலே போர்ப் பயிற்சி பெற்றுச் சிறந்து விளங்கிய லெஸ்லீ என்பான், தாயகத்துக்கு ஆபத்து என்பதறிந்து வெளி நாட்டிலிருந்து, தாயகம் வந்து சேர்ந்தான். தணலென்று ஆகிவிட்டது, வீரம்; எண்ணற்ற வீரர்கள்! எதற்கும் அஞ்சாத துணிவு! மக்கள், பெண்டிர் உட்பட, படை எடுப்பை முறியடிக்கக்கூடிப் பணியாற்றினர்.

ஸ்காட்லாந்து நாட்டுப் பிரபுக்களில் ஒருவர், ஹாமில்டன் இவர் சார்லஸ் சார்பில்.

இவர் ஒரு பிரிவுப்படையுடன் ஸ்காட்லாந்து செல்வது என்றால், வேறோர் பிரிவு வேறு பக்கமிருந்து செல்வது என்றும் ஏற்படலாயிற்று. ஹாமில்டன் சென்றார்; தாயகத்தின் போர்க் கோலத்தையே கண்டார்! காலடி எடுத்து வைத்தால் சுட்டுக் கொன்றுவிடுவேன் என்று வீரமும் நாட்டுப் பற்றும் வீறிட்டெழும் உள்ளத்துடன் கூறிக் கொண்டு, கையில் துப்பாக்கியுடன் காட்சி தந்தார், ஹாமில்டனின் அன்னை.

ஓடினான் மன்னனிடம். ‘விபரீதமாகிவிடும்! வேண்டாம் இச்சமர்! பகையை விடுக’ என்று மன்றாடினான்; மன்னன் மயங்கினான் - சமரசப் பேச்சுக்கு இடமளித்தான். ஆனால், வென்ட்ஒர்த் விடவில்லை தூண்டினான்; ஒரு கை பார்த்தே ஆகவேண்டும்; ஸ்காட்லாந்து மக்களுக்கு இப்போது பணிந்து விட்டால், நாளை பிரிட்டிஷ் மக்களும் கிளம்பிவிடுவர். எனவே சமரிட்டே ஆகவேண்டும் என்று வலியுறுத்தியதுடன், மாமன்றத்தைக் கூட்டி, போர் இருக்கும் காரணத்தைக் காட்டி, பணம் பெறலாம் என்று யோசனை கூறினான். பேழையைத் திறந்தால் பெரும் பொருள் கிடைக்கும் என்று மன்னனிடம், வென்ட்ஒர்த் கூறினான். ஆனால் அந்தப் பேழையில் இருந்தது என்ன? வஞ்சம் தீர்த்தாக வேண்டும் என்ற உறுதி காட்சி அளித்தது.

மக்கள் சார்பாகப் பேசி, வீடெல்லாம், நல்லோர் நெஞ்சகமெல்லாம் நிரம்பியிருந்த பிம் ஆளும் முறையாக அமர்ந்தான் மாமன்றத்தில்; நாட்டைக் கலக்கிய வழக்குகளை நடத்திய ஹாம்டன் அரச வழக்கறிஞர்களைத் திணறடித்த அறிவாற்றல் மிக்க செயிண்ட்ஜான், அனைவரும் மாமன்றத்தில், தேர்தல் மூலம் உறுப்பினராயினர்! மன்னனுடைய கோபத்துக்கு ஆளானவர்களை மக்கள் மலர் மாரி பொழிந்து வரவேற்கிறார்கள். மாமன்றம் கூடிற்று, மன்னனுக்கு முடிவுகட்ட! பதினோராண்டுகள் மாமன்றம் கூட்டாமலேயே ஆளமுடியும் என்று எண்ணியிருந்த சார்லஸ்,

நெருக்கடி நேர்ந்ததும், மாமன்றத்தைக் கூட்டித்தான் கரை சேர வேண்டும் என்று எண்ணினான் - இஃதொன்றே போதாதா மாமன்றத்தின் வலுவை விளக்கிட என்று மக்கள் கூறிக் கொண்டனர். பதினோராண்டுகளாக நடைபெற்ற எதேச்சாதிகார அடக்கு முறை ஆட்சி, மாமன்றத்தின் முன்பு விசாரணைக்கு வந்து நிற்கும்! மக்களைக் கசக்கிப் பிழிந்து, சிறையில் தள்ளி, வெளிநாடுகளுக்குத் துரத்திச் சித்திரவதை செய்து. ஆட்சி தன் நிலையைக் காப்பாற்றிக் கொள்ள முனைந்தது. மக்கள் பயந்தனர். பணியவில்லை.

அடக்குமுறை தலைவிரித்தாடிற்று! எனினும் அடிமை மனப்பான்மை ஏற்பட்டுவிடவில்லை. அஞ்சாநெஞ்சினர் சரண் புகுந்து வாழ்வதை, சாவைவிடக் கொடியது என்று கருதினர் - எலியட்டுகள் எத்துணை! லில்பர்ன்கள் பலப்பலர் இவர்களுக்கு ஆட்சியாளர் இழைத்த கொடுமைகளுக்கெல்லாம் பதில் கூறித் தீரவேண்டும். மாமன்றம் நோக்கி வருகிறான் மன்னன், திரு ஓடு ஏந்தியபடி! அவன் சிரத்தில் முடி இருக்கிறது. கரத்தில் சிறைக்கதவின் திறவுகோல் இருக்கிறது. அவரைச் சூழ இருக்கின்றன, மக்களைக் கடித்துக் கொடுமை செய்யும் வேட்டை நாய்கள்! மன்னன், மாமன்றத்தை நாடுகிறான்! 'இந்த மன்றமன்றி ஆட்சி நடவாதோ!' என்று ஏளனப் புன்னகையுடன் கேட்ட மன்னன் வருகிறான். ஸ்காட்லாந்து மக்களால் கிளம்பியுள்ள கடும்போரை, லாட் அறிந்துள்ள வெறிச்செயலும், வெண்ட் ஓர்த்துக்குப் பழக்கமான அடக்குமுறையும் ஒழித்து விடாது - மக்களின் ஒத்துழைப்பு வேண்டும். அதனைப் பெற்றுத்தர மாமன்றத்தால் மட்டுமே முடியும்! மன்னன் மாமன்றத்தை நாடுகிறான்; மாமன்றம் மன்னராட்சி முறைபற்றி மக்கள் கொண்டுள்ள கருத்தை எடுத்துரைக்கும். மன்னன் தோல்விப் பாதையிலே காலடி எடுத்துவைக்கிறான், மக்களின் துணையின்றிப் பகை முடிப்பது முடியாது என்பதை உணருகிறான். கிள்ளுக்கீரையல்ல மக்கள்! அரசுக்குப் பேராபத்து ஏற்படும்போது, அதைத் தடுக்கும் ஆற்றலைத்தர வல்லவர்கள்! அரசன் இதைச் சாதாரண நாட்களிலே ஏற்க

மறுத்தான். ஸ்காட்லாந்து மக்கள் போரிடத் துணிந்தனர்; உண்மையை உணர வேண்டிய கட்டத்துக்கு மன்னன் வந்திருக்கிறான். வாழ்க ஸ்காட்லாந்து மக்கள் என்று கூறிப் பூரித்தனர். மக்கள் மாமன்றம் கூடுவதை, நாடு பெரியதோர் வாய்ப்பு என்று எண்ணியதில் தவறென்ன!

அடக்கு முறையினால் உள்ளம் நொறுங்கிப் போயிருக்கும், பதினோராண்டுக் காலம் சட்டை செய்யாதிருந்ததால், மாமன்றத் தார் மனம் உடைந்து போயிருப்பர், கேட்ட தொகை தரச் சம்மதிப்பார், போடும் வரியைக் கட்டும்படி மக்களுக்குக் கூறுவர், மேலும் நாடு போரில் ஈடுபட்டிருக்கிறது, ஸ்காட்லாந்துக்காரர் படை கொண்டு வருகின்றனர், பிரிட்டன் மீது பாய்கின்றனர். எனவே நாட்டைக் காக்க வேண்டும் என்ற ஆர்வம் காரணமாக, எவ்வளவு கஷ்டநஷ்டமும் ஏற்க மாமன்றம் இசையும். இந்த நேரத்தில், மன்னனுக்கும் மாமன்றத்துக்கும் முன்னம் மூண்டு கிடந்த பகையை மறந்து விடுவர்; நாட்டுப்பற்று வீறிட்டெழும் என்ற எண்ணம் கொண்டான் மன்னன் - அவன் உடனிருந்து, ஊறுதேடிய உலுத்தர்கள், இக்கருத்தினையே அவனுக்கு ஊட்டினர். மாமன்றம் கூடுவது, காட்டிய இடத்தில் கையொப்பமிட அல்ல. பூட்டிய இரும்புக் கூட்டின் கதவு திறந்ததும் வெளிவரும் சிறுத்தை அது! வளைந்தும், சிறிது ஒடிந்தும், பிடிகழன்றும், முடி அற்றும் உள்ள போர்க் கருவிகள் கொண்ட படையைக் காணும் ஏமாளி, “கருவிகளின் அழகு காணீர்! ஓட்டை ஒடிசல்கள்! இப்படை என்ன செய்யும்” என்று எண்ணுவான். ஆனால் கூர்த்த மதிபடைத்தோனோ “இவர்கள் கொண்டு வரும் படைக் கருவிகளே இதற்குச் சான்று” என்று கண்டறிவான். அதுபோன்றே, சவுக்கடிபட்டவனும், சொத்து பறிகொடுத்தவனும், தொழுவத்தில் மாட்டப்பட்டவனும், துரத்தியடிக்கப் பட்டவனும் பெரும்பொருள் அபராதம் கொடுத்தவனும், சிறையில் உழன்றவனும், மாமன்றம் உறுப்பினரானது கண்டு, ஆட்சியாளர் என்னென்ன செய்ய முடியும் என்று தெரிந்தவர்கள் இவர்கள், அல்லலை

அனுபவித்தவர்கள், நெருப்புச் சுடும் என்பதைத் தெரிந்து கொண்டவர்கள். எனவே இவர்கள் மீண்டும் வாதிட்டுப் போரிட்டு அவதியை வரவழைத்துக் கொள்ள மாட்டார்கள், நல்லவர்களாகிவிட்டவர்கள் என்று மன்னன் எண்ணியிருப்பான், உண்மையோ அது அல்ல, கொடுமைகளைத் தாங்கிக் கொள்ளும் உள்ளம் படைத்தவர்கள்! எனவே எதற்கும் இனி இவர்கள் அஞ்சப்போவதில்லை என்பது தான் உண்மை, இதை மன்னன் உணர முடியவில்லை துவக்கத்தில்.

மாமன்றம் கூடிற்று மன்னன் சார்பில், போர்ச்செலவுக்காகப் பெருந்தொகை தேவை என்று எடுத்துக் கூறப்பட்டது. இதைக் கேட்டுக் கொள்ளவா, மாமன்றம் கூடிற்று? பதினோராண்டு களாகச் சேர்ந்துள்ள பழங்கணக்கைக் கொண்டு வந்து, மாமன்றம், ஏடேடாகப் புரட்டி விவாதிக்கலாயிற்று. பிம், மாமன்றத்திலே, உரிமை பற்றி அரியதோர் சொற்பெருக்காற்றி, உணர்ச்சி வயத்தவராக்கினார். மாமன்றத்தை மட்டுமல்ல, மக்களையே! மக்கள் பணியிலேயே காலமெல்லாம் செலவிட்டு, சொந்த வாழ்க்கை நொடித்துப் போயிருப்பவர் பிம். அவருடைய வீர உரை. மாமன்றத்துக்குப் புது உறுதி தந்தது.

எலியட் சிறையில் மாண்டார்! மக்களுக்காக உழைத்த மாவீரனைச் சிறையில் - தள்ளிச் சாகடித்தனர். இந்தப் பாதகப் படுகொலைக்கு என்ன சமாதானம் கூறமுன்வருகிறார்கள், ஆட்சியாளர்கள்.

கப்பல்வரி என்ற பெயரால் பெரும் பொருளை மக்களிட மிருந்து அடித்துப் பிடுங்கினார்கள் ஆட்சியாளர்கள் - இந்த அக்கிரமத்துக்கு என்ன சமாதானம்?

கப்பல் வரிகட்ட மறுத்த ஹாம்டன் மீது வழக்கு. வழக்கிலே, மக்கள் உரிமைக்கு நீதிக்கும் விரோதமாகத் தீர்ப்பளித்தனர் நீதிபதிகள்! நீதி இங்ஙனம் நெறி தவறுகிறது. இதற்கு என்ன சமாதானம்?

படை வீரரை, வீடுகளிலே கட்டாய விருந்தினராக்கும் முறையால் நேரிட்ட கொடுமைகளுக்கு என்ன பரிகாரம்? கண்ணீர் துடைக்கக் காவலன் முன்வருவானா?

வெளிநாடுகளுக்குத் துரத்தப்பட்டவர்கள் சார்பிலே, வெஞ்சிறையில் செத்தவர் சார்பிலே, அழுத கண்ணீருடன் நிற்கும் மக்கள் சார்பிலே, வீர மரணமடைந்த எலியட்டின் சார்பிலே, பிம் பேசினார் - அல்ல; அல்ல, எழுச்சி பெற்ற மக்கள் முழக்கமிட்டனர்.

கூட்டியது பணம் கேட்க! இவர்கள் குற்றப் பட்டியல் அல்லவா தயாரிக்கிறார்கள். இவ்வளவு அல்லல் பட்டும் இவர் களுடைய துடுக்குத்தனம் பட்டுப் போகவில்லையே என்று மன்னன் எண்ணினான். கூடினோம், கணக்குக் கேட்க! பரிகாரம் தேவை! கப்பம் கட்டக் கூடவில்லை, கழுவாய்த் தேடும்படி கட்டளையிடக் கூடியுள்ளோம் என்று மாமன்றம் எண்ணிற்று.

பிரபுக்கள் சபைக்கும், பிம் ஒரு வேண்டுகோள் விடுத்தார்.

'மக்களின் உரிமைகளை நசுக்கும் ஆட்சிமுறையைக் கண்டிக்க முன்வருக! மன்னனிடம் உள்ள கொடியவர்களை அகற்றிவிடும்படி அறிவுரை தருக!' என்று பிம் கூறினார்.

மன்னனோ, "பணம்! பணம்!" என்று கேட்ட வண்ணம் இருக்கிறார் - ஆட்கள் அவசர அவசரமாக வருகிறார்கள். "உரிமை பற்றிப் பிறகு பேசுங்கள்; இப்போது பணம் தேவை"

என்கிறார்கள். "முதலில் உரிமைப் பிரச்னை". என்று உறுதியாக மாமன்றம் கூறிவிட்டது.

மன்னன் பிரபுக்கள் சபைக்குச் சென்றான்; மாமன்றத்தின் போக்கைக் கண்டித்தான். "அந்த மதியிலிகளுடன் கூடிப் பழகாதீர். பெரும் போருக்குத் தேவையான பணம் கிடைக்க வழி செய்யுங்கள்" என்றான். பிரபுக்கள் மன்னனே நேரில் 'பிரசன்னமாகி'க் கேட்கும்போது, மறுப்பது கண்ணியமாகாதே என்று மழுப்பினர். மாமன்றம், "இனம் இனத்தோடு சேரும், வேறென்ன!" என்றனர். நெருக்கடி முற்றும்போது, பிரபுக்கள் அரசன் பக்கம்தான் நிற்பர் என்று மக்கள் முடிவு செய்தனர்.

கப்பல் வரி செல்லுபடியாகக் கூடியதுதான் என்று அளிக்கப்பட்ட தீர்ப்பை ரத்து செய்யவேண்டும். என்று மாமன்றம் கூறிற்று. மன்னன், 'அதை வேண்டுமானால் செய்கிறேன். பணம் எவ்வளவு தருகிறீர்கள்?' என்று கேட்டான். "பணம் தருவதற்கும் அநீதியைத் துடைப்பதற்கும் முடிபோட்டுப் பேசலாகாது" என்று மாமன்றம் கூறிற்று. கப்பல் வரி கட்ட முடியாது என்று வழக்காடிய ஹாம்டன் இருக்கும் மாமன்றம், மன்னனுடைய மிரட்டும் மொழிக்கோ, மயக்கு மொழிக்கோ இடம் அளிக்குமா! மன்னன், மாமன்றத்தை ஏன் கூட்டினோம் என்று ஆயாசப்பட்டான். முறிந்துபோகும் நிலை நன்றாகத் தெரியலாயிற்று. மன்னனுடைய கோபம் மேலும் வெடிக்கும்படி, மாமன்றம் ஒரு தீர்மானம் நிறைவேற்றிற்று.

மாமன்றத்தை மன்னன் கூட்டியது, ஸ்காட்லாந்துப் போர் நடத்தப் பணம் தேவை என்பதற்காக; மாமன்றம் உடனடியாக ஸ்காட்லாந்துக்காரருடன் சமாதானம் செய்து கொள்ள வேண்டும் என்று தீர்மானித்தது. மன்னனால் இதைத் தாங்கிக் கொள்ள முடியவில்லை.

எவ்வளவு ஆணவம் இந்த மாமன்றத்தாருக்கு! என் ஆணையை மீறும் ஸ்காட் மக்களைத் தண்டிக்கப் போர் தொடுக்கிறேன். மன்னனுடைய கீர்த்தியைக் காப்பாற்றப் பொன், பொருள் தந்து, படையில் குதித்து இரத்தம் கொட்டி வெற்றி தேடித்தர முன்வர வேண்டிய மக்கள், சமர் கூடாது என்று எனக்கா புத்தி கூறுவது? எவ்வளவு மண்டைக் கர்வம்! மன்னனின் மகிமை அறியாத மண்டுகங்கள்! என்றெல்லாம் எண்ணியிருப்பான் மன்னன். அவன்தான், பாவம், ஓர் அர்த்தமற்ற, ஆனால், ஆபத்தான தத்துவத்தால் ஆட்டிப் படைக்கப்பட்டவனாயிற்றே! மாமன்றத்தைக் கலைத்துவிட்டான்! மூன்று கிழமைகளே மாமன்றம் நடைபெற்றது! கலைத்துவிட்டான், காவலன்! இந்தக் குறுந்தொகை பிறகு நெடுநல்வாடையாகப் போவதை மன்னன் கண்டானா!!

''கூடினோம் - கலைந்து செல்கிறோம்; மீண்டும் கூடுவோம்; அப்போது, இழைக்கப்பட்ட கொடுமைகளுக்குச் சமாதானம் கேட்க அல்ல, பழிதீர்த்துக் கொள்ளக் கூடுவோம்'' என்று எழுச்சியுடன் உரைத்தார், செயின்ட் ஜான் எனும் மாமன்ற உறுப்பினர். அவர் கூறியது உண்மையாயிற்று.

மாமன்றம் கூடுகிறது! கொடுமை களையப்படும் என்று எதிர்பார்த்திருந்த மக்களுக்கு, மன்னன் செயல் மிகுந்த கோபத்தை மூட்டிற்று. தலைவர்கள் முன்வந்தால், இரத்தப் புரட்சிக்கே மக்கள் தயாராகிவிடுவர். நிலைமை அங்ஙனம் இருந்தது. ஆத்திரம் கொண்ட மக்கள் சிறுசிறு கலகம் விளைவிக்காமல் இல்லை. ஆத்திரத்தைக் குறைத்துக் கொள்ள, வேறு மார்க்கமில்லை. ஐந்நூறுக்கு மேற்பட்ட மக்கள், லாட் மாளிகையைச் சூழ்ந்து கொண்டனர்; துருப்புகளை விட்டுத்தான் அடக்க முடிந்தது.

ஆயிரக்கணக்கானவர்கள் அரசன் ஆணையை நிறைவேற்றும் நீதிமன்றத்திலே புகுந்து கலகம் விளைவித்தனர். நாடு, வெடிமருந்துச் சாலையாகிவிட்டது.

மன்னனோ, மாமன்றத்தைக் கலைத்துவிட்டு, பொருள் திரட்ட வேறு வழி என்ன என்று யோசிக்கலானான்.

இலண்டன் நகரப் பிரமுகர்களைக் கடன் தரும்படி கேட்டான் - மறுத்தனர் பலர்.

லாட், "இவர்களுக்குத் தக்கபாடம் கற்பிக்க வேண்டும் மானால், சிலரையாவது தூக்கிலிடவேண்டும்" என்று கூறினான். மன்னன் அந்த அளவு செல்ல விரும்பாமல் சிலரைச் சிறையில் அடைத்தான். தூக்குமேடை, மன்னர்களால்தான் அமைக்க முடியும் என்று லாட் எண்ணிக் கொண்டான்!

படை கூடி நிற்கிறது - பணம் தேவை, கம்பளம் தரப் போர் என்றால் வீரமுழக்கம் மட்டுமா! ஆண்டவன் அருளால் அரசனானேன் என்று தத்துவம் பேசினான். போர் நடத்தப் பணத்துக்கு, அருள் போதுமானதாக இல்லை முறை தவறிய செயல்களில் ஈடுபட்டாவது பணம் திரட்டியாக வேண்டும். எதிரிகள், பிரிட்டன் மீது பாய்ந்து வருகிறார்கள்; பிரிட்டிஷ் மக்களோ ஸ்காட் படையை எதிரிப் படை என்று கருத மறுக்கிறார்கள். ஆணவம் பிடித்த அரசனுக்கு நல்ல பாடம் கற்பிக்க வருகிறார்கள் நம் நண்பர்கள் என்றே எண்ணிக் கொண்டனர்.

ஸ்காட் படையிலே எழுச்சி, உறுதி; மன்னன் படை வரிசையிலே பிளவு, பணமுடை, குழப்பம்!

இந்நிலையில் மன்னன், ஸ்பெயின் நாட்டு வணிகர்கள், பாதுகாப்புக்காக அரசாங்கத்திடம் ஒப்படைத்திருந்த தங்கப் பாளங்களைக்கூட எடுத்துக் கொண்டான். கிழக்கிந்தியக்

கம்பெனியாருக்குச் சொந்தமான மிளகு முழுவதையும் பணம் கொடுக்காமல் எடுத்துக் கொண்டு, அதை விலை தள்ளி விற்றுப் பணம் திரட்டினான். உடன் இருந்த உல்லாசப் பிரபுக் களிடமெல்லாம் பணம் திரட்டினான்.

ஸ்காட் படை முன்னேறியவண்ணமிருக்கிறது! 'மன்னனைக் கண்டு எமது மக்களின் குறைகளை எடுத்துக்கூறச் செல்கிறோம். எம்மைத் தடைசெய்யாதீர்' என்று மன்னர் படையினருக்குக் கூறியவண்ணம் முன்னேறுகிறது. எதிர்த்துப் பார்த்த மன்னன் படை தோல்வியே கண்டது! முன்னேற்றத்தைத் தடுக்க முடியவில்லை! நகரங்கள், ஸ்காட் படைகளிடம் சிக்குகின்றன! ஓரிடம்விட்டு மற்றோர் இடம் பின்னோக்கி ஓடுகிறது மன்னன் படை! தோல்வி! கேவலமான தோல்வி! மன்னன், இனி நிலைமை மிக மோசமாகிவிடும் என்றறிந்து, சமரசத் தூது அனுப்பினான். சமாதானம் நிறைவேற்றப்படும் வரையில், மன்னன் தன் படைக்கும், ஸ்காட் படைக்கும் சேர்த்து பணம் தர வேண்டுமென்று ஏற்பாடாயிற்று. இதற்காகப் பெரும் பொருள் தேவைப்படுகிறது. என்ன செய்வான் வேந்தன்! நாட்டிலுள்ள பிரபுக்களை எல்லாம் கூட்டிக் கேட்டான். அவர்களோ, நெருக்கடியைப் போக்க மாமன்றத்தால் மட்டுமே முடியும். எனவே மன்னன் மாமன்றத்தைக் கூட்டியாக வேண்டும் என்று கூறிவிட்டனர்.

எங்குச் சுற்றி வந்தாலும், மீண்டும், மீண்டும், மாமன்றத்துக்கே வந்து சேரவேண்டி இருப்பது கண்டு மன்னன் வாட்டமடைந்தான் - தேர் தன் நிலைக்கு வந்து தீர வேண்டியது தானே என்று மக்கள் எண்ணி மகிழ்ந்தனர்.

மாமன்றம் கூடிற்று! பிரிட்டிஷ் வரலாற்றை மாற்றி அமைக்கும் ஆற்றலைக் கொண்ட மாமன்றம் கூடிற்று! மன்னராட்சி முறையின் கேடுகளைக் களைந்து தீருவது என்று உறுதி பூண்ட மாமன்றம் கூடிற்று! மன்னன், வாயடைத்துக்

கிடந்தான். தன் ஆதிக்கம் அழிந்துபடும் என்று அச்சம் குடிகொள்ளலாயிற்று. நாட்டை ஆளும் மன்னன், நடுச்சந்தியில் நிற்பவன்போலாகிவிட்டான்! இருபடைகள், ஒன்றை ஒன்று தாக்க வேண்டியவை; ஆனால் அவை இரண்டும் சேர்ந்து மன்னனைத் தாக்குகின்றன, பணம், பணம் என்று! மக்களோ, தங்களுக்கு ஒரு மன்னன் உண்டு என்பதை எண்ணவும் வெட்கமும் வேதனையும் அடைகின்றனர். மாமன்றமோ, நாட்டு மக்களின் முழு நம்பிக்கைக்கும் இருப்பிடமாக விளங்குகிறது.

மாமன்றம் கூடியதும், மன்னனிடம் மனுசெய்து கொள்ளும் நிலை கூட அல்ல, கண்டிக்கும் நிலை பிறந்தது.

கெஞ்சினோம், மிஞ்சினான்; பணிவு தெரிவித்தோம், பஞ்சைகள் என்றான்; அன்பு குழையச் சொன்னோம், அலட்சிய மாக நடத்தினான்; கோரிக்கைகளை விடுத்தோம், கொடுமை களை ஏவினான்; இனி மாமன்றம் மன்னனுக்கு மனுசமர்ப்பிக்காது; மக்களின் தீர்ப்பை வழங்கும். நிலை இதுவாகிவிட்டது.

மாமன்றம், மக்கள் இல்லம், தேவாலயம், சிறைக்கூடம், பாசறை, வணிகர்கோட்டம், கப்பல் தட்டுகள், எங்கும் கண்டனம்!

“யோசனை கூறும்படி மன்னன் நம்மை அழைத்திருக்கிறார்.

மக்களோ, தங்களுக்கு உற்ற குறைகளை எடுத்துரைக்கும் கட்டளையிட்டு நம்மை மாமன்றத்துக்கு அனுப்பியுள்ளனர்.

அச்சம் கூடாது! நாம் நமது கடமையைச் செய்யத் தவறக் கூடாது” என்று ஒருவர் கூறினார்.

“பெர்ஷியாவிலே ஒரு காலத்திலே உருட்டி மிரட்டி ஆண்டு வந்த மன்னன் ஒருவன் இருந்துவந்தான். அவன் காலத்தில் நீதிபதிகள் நடுங்கும் குரலில் பேசினர். சட்டம் இருக்கத் தான் செய்கிறது. ஆனால் மன்னன் தன் விருப்பம் போல நடந்து கொள்ளலாம் - அவர் உரிமை அது என்றனர். நாம் அத்தகைய கேடான பேச்சுப் பேசலாகாது. நடுங்கும் குரல் கொள்ளக் கூடாது. நாம் நாட்டின் உறுப்பினர். மக்களின் உரிமைக்குரல்!” என்று எடுத்துரைத்தார் வேறோர் உறுப்பினர்.

“உயிர், உடைமை, உரிமை யாவும் பறிபோகிறது. வாளா இருப்பவன் மனிதனாகான்!” என்று இடித்துரைத்தார் இன்னொருவர்.

“அரசியல் முறைக்கு ஒரு திட்டம், சட்டம்! உறுப்பினர்களைத் தேர்ந்தெடுக்கும் ஓர் ஒழுங்குமுறை! நீதி வழங்கும் இடங்கள்! இவையெல்லாம் இருக்கின்றன நமக்கு! ஏன், இவைகள்? இவற்றால் இம்மி அளவேனும் பலன் உண்டா? மன்னன்தான் இவற்றை எல்லாம் கேலிக் கூத்தாக்குகிறானே. நமக்கேன் இந்தக் காகிதக் கேடயங்கள்?” என்று கேலியைக் கொட்டினார் மற்றோர் உறுப்பினர்.

ஒருவருக்கொருவர் போட்டியிட்டுக் கொண்டு பேசுபவர் போல, உரிமை முழக்கமிட்டனர். ஒன்று, இரண்டு, மூன்று என்று, பட்ட கஷ்டங்களைக் கணக்கெடுத்தனர். எல்லோரும், இருவரைச் சுட்டிக்காட்டி, அகற்றப்படவேண்டிய விரோதிகள் என்றனர். அவர்கள் குறிப்பிட்டது, லாட், ஸ்டாராபோர்டு எனும் இருவரையும்.

மன்னன் அரண்மனையில்தான் இருக்கிறான்! அவனைச் சுற்றிப் பிரபுக்கள் இருக்கத்தான் செய்கிறார்கள். கோலும் முடியும், கொலு மண்டப உடையும் அழகு குன்றாமல் தான்

உள்ளன. இங்கே மாமன்றம், அரசனின் எதிர்காலத்தை நிர்ணயிக்கும் பணியில் ஈடுபடுகிறது. 'கூடு' என்றால் கூடி, 'கலை' என்றால் கலைந்துபோக வேண்டியதல்லவா, மாமன்றத்தின் கடமை, மன்னன் தத்துவத்தின்படி. இந்த முறை கூடிய மாமன்றம், வேலையை முடிக்காமல் கலைந்து போவதில்லை என்று சூள் உரைத்துவிட்டது.

ரோம் நாட்டிலே ஒரு விழாவாம்! ஆண்டுக்கோர் நாள் அடிமைகள் அனைவரும் கூடுவராம். மனத்திலே குமுறிக் கொண்டிருக்கும் குறைகளை எல்லாம் எடுத்துப் பேசுவராம். தங்களைக் கொடுமை செய்யும் 'எஜமானர்'களைக் கண்டித்துப் பேசுவாராம்! எஜமானர்கள், அதற்கு உரிமை தந்தனராம்! ஒருநாள்! மறுநாள், பழையபடி! அடிமைகளாவர்!! குறைகளுக்குப் பரிகாரம் கிட்டாது! - இதுபோல, மாமன்றம் எப்போதாவது கூடுவது, இதயத்தில் உள்ளதை எடுத்துரைப்பது, பின்னர் கலைவது என்பது இனி முறையாக இருத்தலாகாது; கூடினோம், கொடுமை களைவோம்! என்று முழக்கமிட்டார், ஓர் உறுப்பினர்.

அரண்மனைக்குச் செய்தி சென்றது! மக்கள், மாமன்ற நடவடிக்கைகளை மகிழ்ச்சியுடன் கவனித்துக் கொண்டிருந்தனர். எல்லா வேலைகளையும் மறந்தனர். மாமன்ற அலுவலைக் கவனிப்பதே, வேலையாகிவிட்டது மக்களுக்கு. திரள் திரளாகக் கூட்டம், மாமன்ற வாயிலில்! பிடிவாதம் பேசும் பிரபுவைக் கண்டால், ஆர்ப்பரிப்பர்! மக்கள் சார்பாகப் பேசுபவரைக் கண்டால் வாழ்க என்று முழக்கமிடுவர்! அமுல் செய்யும் அதிகாரிகள், வெளியே உலவ அச்சம் கொண்டனர்! அரண்மனைக்குள்ளேயே, அச்சம் படை எடுத்தது. போர்க்கள வாடை நாட்டிலே வீசலாயிற்று! நடைமுறைத் திட்டங்கள் தீட்டக்கூடிய தல்ல இந்த மாமன்றம்; மன்னராட்சி முறையே தேவைதானா, என்ற பெரும் பிரச்சனைக்கு முடிவு கூறவே வந்திருக்கிறது என்று மக்கள் கூறினர்.

பகுதி: 2

கொடுமைகளைத் தாங்கிக் கொண்ட காலம் மலையேறி விட்டது; இப்போது தியாகத் தழும்புகளைத் தடவிப் பார்த்தபடி, தருக்கருக்குத் தக்க தண்டனை தரும் நாள் பிறந்துவிட்டது! எங்கே அந்தக் கொடியவர்கள்? ஏன் இனியும் அவர்களை விட்டு வைப்பது? என்று முழக்கம் கிளம்பிவிட்டது. மாமன்றத்தின் வலுவு முழுவதும் தெரியும் நாள் அது.

மக்கள் துரோகி ஸ்டாபோர்டு தண்டிக்கப்பட வேண்டும் - என்று பிம் கூறினார். "இழுத்து வருக" என்று உடன் முழக்கமிட்டனர் மாமன்றத்தார்! மன்னன்? அரண்மனையில்! ஆனால் ஏதும் செய்ய இயலாத நிலை! நாட்டு மக்களை அடக்குமுறைக்கு ஆளாக்கி, மக்களின் வரிப்பணத்தைப் பாழாக்கி, மன்னனை ஆகாவழி புகுத்தி, அவதியை உண்டாக்கிய, லாட், ஸ்டாபோர்டு இருவரும், சிறையில் தள்ளப்பட வேண்டும்! என்று தாக்கீது பிறந்தது. அதனைத் தடுக்கும் சக்தி, மன்னனுக்கு இல்லை! தடுக்க முயன்றிருந்தால், அரண்மனை தரை மட்டமாகி விட்டிருக்கும்! மக்கள் அவ்வளவுக்குத் துணிந்திருந்தனர்.

இரு கொடுமையாளர்களும், இந்தப் புயல் நீண்டகாலம் அடிக்காது; அடங்கிவிடும், என்று எண்ணியபடி சிறை சென்றனர். அடங்கக்கூடியதல்ல; இந்தப் புயல்! அடக்கும் ஆற்றல் எவருக்கும் இல்லை!!

இருகொடுமையாளர்களைச் சிறைக்கூடத்துக்கு மாமன்றம் அனுப்பிய செய்தி, மக்கள் உள்ளத்திலே என்றுமில்லாத களிப்பை உண்டாக்கிற்று! நீதி வெல்கிறது! மக்கள் வெல்கிறார் கள்! மமதை அழிந்து படுகிறது! மாண்பு வெற்றி பெறுகிறது என்று மகிழ்ந்தனர். குட்டிக்

கொடுமையாளர்களுக்கெல்லாம் குலைநடுக்கம். அரசை ஆட்டிப் படைத்த இருவர், சிறையிலே தள்ளப்பட்டனர். நமது கதி யாதோ என்று எண்ணினர். பயத்தால் பாதி உயிர் போயிற்று! பலர், வெளிநாடுகளுக்கு ஓடினர். சிலர், சரண் புகுந்தனர். சிலர், மன்னனைச் சுற்றி வட்டமிட்டனர் - மன்னனோ தன் ஆதிக்கம், மடியக் கண்டு, மனம் உடைந்து போயிருந்தான்.

நெடுங்காலமாக ஏறிக் கொண்டு வந்த கறைகளை மாமன்றம் கழுவித் தள்ளலாயிற்று.

ஹாம்டனுக்கு விரோதமாகத் தீர்ப்பளித்த நீதிபதிகள், வேலையினின்றும் விரட்டப்பட்டனர்; மாமன்றம் திருப்பித் தாக்கத் தொடங்கியது, தீயோர் திகில் கொண்டனர்.

உரிமைக்குரல் எழுப்பியதற்காகச் சிறையிலே தள்ளப்பட்டுக் கிடந்த இலட்சியவாதிகள் விடுதலை செய்யப் பட்டனர்; நாடு, விழா கொண்டாடிற்று.

பர்ட்டன், பிரைன், லில்ப்பர்ன் ஆகியோர் விடுதலையை மக்கள் பெருந்திருவிழாவாகக் கொண்டாடினர்; இலண்டன் நகருக்கு அவர்கள் ஊர்வலமாக அழைத்துவரப்பட்டனர்; பாதையில் மலர் தூவி மக்கள் அவர்களை வரவேற்றனர். கண்ணீர் துடைக்கப்படுகிறது! கடும்தண்டனை பெற்றவர்கள் விடுதலை பெறுகின்றனர்!

மக்கள் இயக்கத்தை நசுக்க முற்பட்டவர்கள், தெருவில் செல்ல அஞ்சுகிறார்கள். முச்சந்திகளிலெல்லாம் முழக்கமிடும் மக்கள் கூடி, ‘இன்றைய விருந்து என்ன? இன்று யார் விடுதலை? இன்று எந்தக் கொடுமையாளனுக்குத் தண்டனை? இன்று மாமன்றம் எந்தப் பிரச்சனை குறித்து முடிவெடுத்தது?’ என்று

கேட்கின்றனர். அரசியல் பிரச்சனை தவிர பிறிதொன்றிலும் மக்களின் மனம் செல்ல மறுத்தது.

இராணி எனிரிடாவின் தாயார், பிரான்சிலே அடைந்த அல்லலை ஆற்றிக் கொள்ளலாம் என்று எண்ணிப் பிரிட்டன் வர, அங்கு பெரும்புயல் வீசக் கண்டு, எந்த நேரத்தில் என்ன ஆபத்து நேரிடுமோ என்று திகில்பட வேண்டி இருந்தது. நூறு துப்பாக்கி வீரர்கள் காவலுக்கு அமர்த்தப்பட்டனர்; பிரபுக்களிடம் அம்மை முறையிட, அவர்கள், மாமன்றத்தைக் கேட்டிட, "கேடு வராமல் பார்த்துக் கொள்கிறோம்; எனினும் கத்தோலிக்க மார்க்கத்தவர் நாடு இப்போதிருக்கும் நிலையில், அம்மை, இதைவிட்டுச் செல்வது நலம்" என்று மாமன்றம் கூறிவிட்டது.

ஏய்த்துப் பிழைத்தவர்கள், அடக்கி அழித்தவர்கள், ஆணவக்காரர்கள் அனைவரும் அஞ்சுகின்றனர், மக்கள் கனல் கக்கும் கண்ணினரானதும்! ஆனால் புனல் நிரம்பிய கண்ணினராக மக்கள் இருந்தபோது, யார் ஆறுதல் கூற முன் வந்தனர்? கேலி பேசினர்!

பதின்மூன்று பேர் கொண்ட கமிட்டி நான்கு திங்கள் பணியாற்றி இருபத்து எட்டு குற்றங்களைப் பட்டியலாக்கித் தந்தது, ஸ்டாபோர்டுக்கு எதிராக.

நாடு நன்கு அறியும் அந்தக் கொடியவன் செய்ததை. எனினும் முறைப்படி காரியமாற்ற வேண்டும் என்பதற்காக, குற்றப் பட்டியலைத் தயாரித்து, மாவீரன் பிம் வீர உரை ஆற்றினான். மக்களின் உடைமைக்கும் உயிருக்கும், இரண்டினும் மேலான உரிமைக்கும், ஸ்டாபோர்டு உலை வைத்ததை விளக்கிப் பேசினார், பிம்.

அவன் கூறியதை மறுத்துரைக்க ஸ்டாபோர்டுக்கு வாய்ப்பும் அளிக்கப்பட்டது.

ஸ்டாபோர்டு மீது வெகுண்டெழுந்தவர்கள், பிரிட்டிஷ் மக்கள் மட்டுமல்ல, ஸ்காட் மக்கள் சீறினர், அயர் மக்கள் கொதித்தனர். அனைவருக்கும் கேடு பல செய்தவன் அந்தக் கொடுங்கோலன்.

மாமன்றத்தைப் பதினோராண்டுகள் கூட்டாமல் மன்னன் இருந்தது, இந்த மமதையாளன் தூண்டுதலால்தான்.

ஸ்காட் மக்களிடம் சமரசம் பேச மன்னன் முற்பட்டதைக் குலைத்து மீண்டும் போர் மூட்டி விட்டதும் இவனே.

அயர் மக்களோ, இவனுடைய அழிவுத் திட்டத்தால், மிகவும் நொந்து போனவர்கள், மாளிகைகளிலும் சிறு குடில் களிலும், பண்ணைகளிலும் பட்டி தொட்டிகளிலும், இவன்நடத்திய பயங்கர ஆட்சியின் விளைவுகள், நெஞ்சை உலுக்கும் காட்சிகளாக இருந்தன - கருகிய பிணங்கள், தீய்ந்துபோன வயல்கள், இடிந்த மாளிகைகள், ஒடிந்த உள்ளங்கள்!

மூன்று நாடுகளிலும், கொடுமைகள் புரிந்தவன் - பதினோ ராண்டுகள் மக்களைப் பதறப்பதறத் தாக்கினவன், மாமன்றத்தினிடம் சிக்கிக் கொண்டான்; இருபத்து எட்டு வகையான குற்றங்கள். ஒவ்வொன்றும் நாட்டுக்குப் பெருங்கேடு விளைவித்தவை. மனித வேட்டையாடுவதிலே மட்டற்ற மகிழ்ச்சி காட்டிய அந்த மாமிசப்பிண்டத்துக்கு, மறுத்துப் பேசவும் வாய்ப்பளித்தது, மாமன்றம், மக்களுக்கு இது பிடிக்கவில்லை! ஆரவாரம் செய்தனர். அக்கிரமக்காரனைக் கொன்று போட்டாக வேண்டும். அவனிடம் வாதிடுவது கூடாது. அவன் செய்த கொடுமைகளுக்குச் சாட்சிகள் தேடி அலைவானேன்? நாடு

நன்கு அறியும். எனவே அவனைக் கொன்றுவிடுக என்று மக்கள் முழக்கமிட்டனர்.

அயர்லாந்தில் ஸ்டாபோர்டு செய்த அக்கிரமத்தை விவரமாக எடுத்துக்கூற அங்கிருந்து ஒரு குழு பிரிட்டன் வந்தது.

பிரபுக்கள் சபைக்குச் சென்றது விசாரணை! ஸ்டார்போர்டு, தன் திறமை முழுவதையும் காட்டினான் - குற்றச் சாட்டுகளை மறுத்தான். ஆட்சியை வலுவாக்கத் தான் எடுத்துக் கொண்ட பல நடவடிக்கைகளை மாமன்றத்தார் அக்கிரமம் என்று கூறுவது பொருளற்றது என்று வாதிட்டான். துரோகம் இழைத்ததாகக் கூறுகிறார்கள். ஆனால் துரோகம் என்பதற்கு என்ன விளக்கமளிக்கிறார்கள். என்று கேட்டான். மாமன்றத்தின் சீற்றம் இங்ஙனம் வரம்புமீறி, அதிகாரிகள்மீது பாய்வது சட்டத்தையும் ஒழுங்குமுறையையுமே கெடுத்துவிடும் என்று பயமூட்டினான். என் கதி எதுவோ, அது, மற்றப் பிரபுக்களுக்கும் பிறகு வந்து சேரும் என்று எச்சரித்தான். ஒரு மாமன்ற உறுப்பினர் கூறியபடி, "தேர்ந்த நடிகன்போல், விசாரணைக் கூடத்தில் ஸ்டாபோர்டு அற்புதமாக நடித்தான்." எனினும், நாடு, அவன் குற்றவாளி, கொல்லப்பட வேண்டியவன் என்று தீர்ப்பளித்துவிட்டது. விசாரணைக் கூடத்தைவிட்டு அவன் வெளியே செல்ல அனுமதிக்கப்பட்டிருந்தால்போதும்; ஆத்திரம் கொண்ட மக்கள் கல்லால் அடித்துக் கொன்று இருப்பார்கள்.

மாமன்றம் இதை அறிந்து, சம்பவத்தை நீடித்துக் கொண்டு போவதால் விரும்பத்தகாத நிகழ்ச்சிகள் நேரிடும் என்று கருதி, ஸ்டாபோர்டு தண்டிக்கப்பட வேண்டும் என்ற சட்டம் இயற்றினர் - 59 பேர் இதை எதிர்த்து ஓட்டளித்தனர். மக்கள் இவர்களின் பெயரைத் துரோகிகளின் பட்டியலில் சேர்த்து, சதுக்கத்தில் தொங்கவிட்டனர்.

விதவிதமான வதந்திகள் பரவின. மன்னனுக்குத் துணைபுரிய பிரான்சிலிருந்து படை வருகிறது! கத்தோலிக்கர் கூடிச் சதிசெய்கிறார்கள், மாமன்றத்தைத் தாக்கக் காலிகள் படை தயாராகிறது என்றெல்லாம் வதந்திகள் உலவின. மக்கள், கோபங் கொண்டனர்.

பலிபீடம் தயாராகிவிட்டது. ஸ்டாபோர்டு கொலைத் தண்டனை விதிக்கப்பட்ட வேண்டியவனே என்று மாமன்றம் கட்டளையிட்டுவிட்டது. காவலன் கசிந்துருகினான். நண்பன் உயிரைக் காப்பாற்றும் ஆற்றலும் அற்றுப் போயிற்றே என்று அலறினான். "இனி எந்த வேலையிலும் அவனை அமர்த்துவ தில்லை என்று உறுதி கூறுகிறேன். கொல்லாமல் விட்டுவிடுக!" என்று மன்றாடினான். மாமன்றம் இணங்கவில்லை. மக்களோ, "கடமையை, அச்சம் தயைதாட்சண்யமின்றிச் செய்க" என்று கட்டளையிட்டனர். மன்னன் ஏதேனும் சூழ்ச்சி செய்து, ஸ்டாபோர்டை தப்பி ஓடச் செய்துவிடுவானோ என்ற சந்தேகம் கொண்ட ஆறாயிரவர், கிடைத்த ஆயுதம் தாங்கிக்கொண்டு, மாமன்றத்தைச் சூழ்ந்து கொண்டனர்.

'நீதி வேண்டும்! கொடியவன் தண்டிக்கப்பட வேண்டும்!' என்று ஒரே முழக்கம்.

அரண்மனை அருகேயும் பெருந்திரள் - அரசனைக் கண்டிக்கிறது - அரசியின் கண்களிலே நீர் - பரிவாரம் பயத்தால் நடுங்குகிறது. ஸ்டாபோர்டு சிறையிலே; பலிமேடை தெரிகிறது!

முறைப்படி இந்த விசாரணை நடைபெறவில்லை என்று சிலர் முணுமுணுத்தனர். செயின்ட்ஜான் "முயலையும் மானையும் வலைபோட்டுப் பிடிக்க வேண்டும். வாட்டி வதைக்கக் கூடாது என்ற வேட்டைமுறை உண்டு; ஆனால் ஓநாயையும்

நரியையும், கண்ட இடத்தில் கிடைத்ததைக் கொண்டு சாகடிப்பர்'' என்று கூறினார். மக்கள் கொண்ட கருத்தைத்தான் அவர் எடுத்துரைத்தார்.

"என்னைப் பற்றிக் கவலைப்பட வேண்டாம் இறையே! எனக்காகச் சிரமம் எடுத்துக் கொள்ள வேண்டாம்'' என்று ஸ்டாபோர்டு உபசாரத்துக்காக ஒரு கடிதம் அனுப்பினான் - மன்னன் கண்களைத் துடைத்துக் கொண்டான். பெருமூச்சுடன், மாமன்றம் அனுப்பிய ஓலைக்கு ஒப்பமளித்தான்.

மரண ஓலை தயாராகிவிட்டது. மன்னன் ஒப்பமும் கிடைத்துவிட்டது என்பதறிந்த ஸ்டாபோர்டு பதறினான்.

"மன்னனை நம்பாதீர்!'' என்ற முதுமொழி கூறிக் கசிந் துருகினான்!

எப்படிப்பட்ட மன்னனை நம்பினான் இந்தப் பிரபு? எதன் பொருட்டு நம்பினான்?

மக்களைப் பூச்சி புழுக்களென எண்ணும் ஒரு மன்னனை நம்பினான்; மக்களை எப்படி வேண்டுமானாலும் அடக்கி ஒடுக்கலாம் என்று மன்னனை நம்பச் செய்தான். பதைக்கப் பதைக்கத் தாக்கினான்; பழி தீர்த்துக் கொள்ளும் நாளன்று, பாகாய் உருகிப் பயன் என்ன, கண்ணீர் உகுத்துக் காணப் போவதென்ன? ஸ்டாபோர்டு, பலியிடப் பட்டான். 'முதல் முரசு!' என்றனர் மக்கள். பலி பீடத்தில் முதல் காணிக்கை!

மன்னன் சார்பினர், ஸ்டாபோர்டு வீழ்ந்துபட்டது கண்டு, விலாவில் வேல் பாய்ந்தவராயினர். பெரும் முயற்சி செய்து, இந்த மாமன்றத்தை அழித்தாலொழிய, மன்னன்பாடு ஆபத்துதான் என்பது புரிந்துவிட்டது!

படைகொண்டு தாக்கினால் என்ன? எண்ணம் ஏற்பாடாக உருவெடுத்தது. பயர்சி, ஜெர்மின், கோரிங் எனும் படைப்பிரிவுத் தலைவர்கள், பல்லிளித்தனர். சதி பிறந்தது.

மன்னனுக்காகப் படை கிளம்புவது என்று ஏற்பாடு வகுக்கப்பட்டது. ஆனால், சதியை உடனிருந்து வகுத்துக் கொடுத்த கோரிங் என்பானே, மாமன்றத்துக்கு இரகசியத்தைக் கூறிவிட்டான் - சதிகாரர்களை மாமன்றம் துரத்திற்று - சிலர் ஓடிவிட்டனர். சிலர் பிடிபட்டனர். கருவில் சிதைந்தது காதகம்! காவலன்மீது கடுங்கோபம் கொண்டனர் மக்கள்.

மாமன்றம், மக்கள்மீது பூட்டப்பட்டுள்ள தளைகளை ஒடித்தெறிகிறது, கொடுமையைக் களைகிறது, இனி மன்னன் பயங்கரத் தாக்குதலால், தன் நிலையைப் பலப்படுத்த முயற்சிப்பான்! கண்காணிப்பாக இருக்க வேண்டும்; எந்த நேரமும் ஆபத்து மூளக்கூடும்; எதற்கும் தயாராக இருக்க வேண்டும் என்று நாட்டினர் கருதினர்.

நிழலுருவில், இருமுகங்கள் தெரியலாயின.

ப்தறிப்போன பிரபுக்கள், பரிவாரம் சூழ, மன்னன் ஓர் முகாமில், ஆணவம் குறைந்திருக்கிறது; எனினும் ஆசை அழிந்துபடவில்லை; தத்துவம் மேலோங்கியே நிற்கிறது.

வெற்றிக் களையுடன் மாமன்றத்தார், வீர முழக்கமிடும் மக்கள் - மற்றோர் முகாமில்.

கூலி கொடுத்தால் வேலை செய்யலாம் என்பதன்றி வேறு குறிக்கோளில்லாமல் ஒரு பகுதி மக்கள் உள்ளனர்; படையில் சேரவிழைவோர்.

அரசனுடைய ஆதிக்கத்தை நிலைநாட்டுவதற்கென்றே ஏற்பட்ட தனி நீதிமன்றங்களை, நட்சத்திர மண்டபம் போன்ற வற்றை, மாமன்றம் கலைத்தது.

படைவீரர்களைக் கட்டாய விருந்தினராக்கும் கயமைக்குச் சாவுமணி அடித்தது.

கட்டாயக் கடன்போன்ற வரிமுறைகளை ஒழித்தது. காட்டுச் சட்டத்தை அழித்தொழித்தது.

மாமன்றத்தின் ஒப்பம் இன்றி வரிவசூலிக்கும்போது, மன்னனுடன் ஒத்துழைத்தவர்களுக்கெல்லாம், சீட்டுக் கிழிக்கப் பட்டது; எதிர்த்து நின்றோருக்கு நஷ்டஈடு வழங்கப்பட்டது.

அரண்மனையில் மன்னன் இருக்கிறான். மாமன்றம் அரசோச்சுகிறது. கணக்குத் தீர்க்கும் காரியம், தீவிரமாக நடை பெறுகிறது. மாமன்றத்தின் ஒவ்வொரு நடவடிக்கையும், மக்கள் உள்ளத்திற்குத் தென்றலென இனிக்கிறது. மன்னனுக்கோ வாடை என வாட்டுகிறது. இந்த நெடுநல்வாடை கண்டு ஐரோப்பிய நாடுகள் எல்லாம் ஆச்சரியமடைகின்றன.

நெருக்கடியின்போது மாமன்றத்தைக் கூட்டுவதும், பிறகு கலைந்துபோகச் சொல்வதும், எதேச்சாதிகாரத்தை வளர்க்கும் செயலாகும். இதனாலேயே சார்லஸ், பதினோராண்டுகள் மாமன்றம் கூட்டாமலேயே ஆதிக்கம் புரிந்தான். இந்தக் கேடு களைய முனைந்து மாமன்றம். மூன்றாண்டுக் காலத்துக்குமேல், மாமன்றம் கூட்டாமலிருப்பது சட்ட விரோதமாகும் என்றும், கூடிய மாமன்றத்தை அதன் சம்மதம் பெறாமல் ஐம்பது நாட்களுக்குள் கலைப்பது கூடாதென்றும் சட்டம் இயற்றினர். இனி மன்னன், மாமன்றம் என்ன செய்யும்

என்று ஆணவம் பேச முடியாது! தன் செயல்களுக்குக் கணக்குக் காட்டவேண்டிய காலம், மூன்றாண்டுகளில் வந்து தீரும். மக்களின் உரிமையைப் பாதுகாக்கும் இந்தப் புதிய ஏற்பாடு பெரிதும் முக்கியத்துவம் வாய்ந்ததாகும்.

மார்க்கத்துறையினர் அரசியலில் அதிகாரம் செலுத்துவதை அறவே ஒழித்தாக வேண்டும் என்ற எண்ணம், மாமன்றத்தில் வலுத்தது. 'வேரறக்களைவது' என்ற திட்டம் வலியுறுத்தப்பட்டது.

மன்னன் உள்ளம் இவற்றை ஏற்றுகொள்ள வில்லை; கரத்திலே வலுஇல்லை. எனவே சமயத்தை எதிர்நோக்கியபடி இருந்தான்.

முயற்சிகள் ஒருபுறம் நடைபெற்றவண்ணம் இருந்தன. மன்னனிடம் கெஞ்சிப் பேசிப் பிழைத்துவந்த கும்பல் இந்த ஆபத்தை நீக்கினால், இலாபம் பிறகு கிடைக்கும் என்று அறிவர். எனவே அவர்கள், மன்னனை, மாமன்றத்தார் தலையாட்டி யாக்க விரும்பும் கொடுமைபற்றி உருக்கமாகக் கூறி ஆதரவு திரட்டிப் பார்த்தனர். படை வரிசையிலேயும் இந்தப் பிரச்சாரம் நடைபெற்றது.

ஆனால் அரண்மனை, மாளிகை, பாசறை எங்கு இவ்வித மான சதி உருவானாலும், உடனுக்குடன், மாமன்றத்துக்கு விஷயம் எட்டிவிடும் - மாமன்றத்தின் சார்பினர், எங்கும் இருந்துவந்தனர். ஒரு சதியும் கருவிலிருந்து வெளிவர இயலவில்லை; சிதைக்கப்பட்டது.

போப்பாண்டவரிடம் உதவி கோரி எனிரிடாராணி புதிய முயற்சி செய்து வந்தார். பிரிட்டனில் கத்தோலிக்கருக்குச் சலுகைகள் அளிக்கப்படும் என்று வாக்களித்து இந்த உதவி கோரப்பட்டது.

மக்கள் வீரமாகத் திரண்டு நின்றனர். மாமன்றம் விழிப் புணர்ச்சியுடன் இருந்துவந்தது. என்றாலும், சிறிது அயர்ந்தால், மன்னன் சதிபுரிவான் என்ற அச்சம் விட்டபாடில்லை. ஆதிக்க காலம் போய்விட்டது. மக்கள் விழித்துக் கொண்டனர். இனி அவர்களிடம் ஆட்சிப் பொறுப்பை ஒப்படைத்துவிட்டு, அலங்காரச் சின்னமாக இருந்துவிடுவோம் என்று தீர்மானிக்கக் கூடியவனல்ல, சார்லஸ்; தத்துவவாதி!

'படைகளை மாமன்றத்தின் விருப்பமின்றி அமைத்தல் கூடாது. போர் தொடுத்தல் மன்னனுடைய தனித் தீர்மானமாக இருத்தலாகாது; வரிகளை மாமன்ற ஒப்பமின்றி விதித்தலாகாது' என்று, இந்த "கூடாது - ஆகாது" என்ற அந்தாதி குறையவில்லை.

மன்னன் இந்நிலையில், ஸ்காட்லாந்து செல்ல வேண்டிய தாயிற்று, சமரசத் திட்டம் வகுக்க. மன்னன் ஸ்காட் மக்களுக்குச் சலுகைகள் தருவதென்றும், அதற்கு ஈடாக அவர்கள் அரசனுக்குத் துணை நின்று பிரிட்டிஷ் மாமன்றத்தை ஒடுக்குவதென்றும் ஒப்பந்தமாகிவிட்டது. அதன் பொருட்டே அரசன் அங்குச் செல்கிறான் என்று பேச்சுக் கிளம்பிற்று. முன்னேற்பாடு குறையின்றி இருக்க வேண்டும் என்பதற்காக, ஒரு குழுவினரை, மன்னனுடன் செல்ல மாமன்றம் அமைத்தது. மாமன்றத்தின் அரிமா நோக்கு அரசன்மீது எப்போதும் இருத்தல்வேண்டும். சிறைக் காவலர்கள் கைதியைக் காண்காணிப்பதுபோல, மன்னன் ஆகிவிட்டான்; மறுப்பதற்கில்லை. இந்தக் குழுவில் ஹாம்டன் இருந்தார்!

மாமன்றம், பல்லாண்டுகளாகக் குவிந்து கிடந்த குப்பையைக் கூட்டித் தள்ளிற்று - பட்ட கஷ்டத்தைப் போக்கிக் கொள்ள ஓய்வு தேவைப்படவே பிறகு கூடுவதெனக் கலைந்தது.

மாமன்ற உறுப்பினர்கள் தத்தமது வட்டம் சென்றனர்; அங்கெல்லாம் அவர்கள் மக்களிடம், பூத்து வரும் புது மலரின் அழகு குறித்தும், மணம் பற்றியும் எடுத்துரைத்தனர். வெற்றி வீரர்களாக வீடு திரும்பினோரை மக்கள் வாழ்த்தி வரவேற்றனர். "பெற்றோம் வெற்றி; பெருமைக்குரியதே! எனினும் பெற்ற வெற்றியை அழித்திட மன்னன் புது முயற்சிகள் செய்யக்கூடும். எனவே நாம் எதற்கும் தயாராக இருக்க வேண்டும்" என்று உறுப்பினர் அறிவுரை கூறினர்.

மாமன்றம் கூடாதிருக்கும் நாட்களில் இன்றியமையாத ஏற்பாடுகளைக் கவனிக்கவும், நிலைகளுக்கேற்ப கட்டளை பிறப்பிக்கவும், ஒரு கமிட்டி அமைக்கப்பட்டது. இந்தக் குழுவில், பிரபுக்கள் சபையினரும் உண்டு. மாமன்றம், பிரபுக்களை வீணாக எதிரி முகாமுக்குத் துரத்த விரும்பவில்லை. மக்களாட்சியை மதிக்கும் பிரபுவை, தங்கள் முகாமுக்கு அழைத்துக் கொள்வதே அறிவுடைமை என்று எண்ணினர். அல்லலும் ஆபத்தும் விளையும் வகையில் ஆட்சிமுறை செல்வதைத் தடுத்தாக வேண்டும் என்ற பெருநோக்கம் கொண்ட பிரபுக்கள் சிலர், மாமன்றத்துடன் தோழமை பூண்டனர்.

மன்னன் ஸ்காட்லாந்திலிருந்து கொண்டு, தன் துணைக்குப் பலம்தேடிப் பார்த்தான். சில பிரபுக்கள் முன் வந்தனர். எனினும், தாக்குதலுக்குத் தேவையான அளவிலும் வகையிலும் துணை திரளவில்லை. மன்னன் மீண்டும் இலண்டன் மாநகர் வந்தான் - வரவேண்டிய நிலைமை, புதியதோர் ஆபத்தால் ஏற்பட்டது.

அயர்லாந்திலே புரட்சி மூண்டுவிட்டது! அயர் மக்கள் நீண்டகாலமாகக் கொடுங்கோலால் தாக்குண்டு தவித்தவர்கள். மேலும், அங்குச் சென்று குடி ஏறிய பிரிட்டிஷ் மக்கள், அயர் மக்கள். பிரிட்டனிலும் ஸ்காட்லாந்திலும் கொந்தளிப்பு இருக்கக் கண்டு, தளைகளை அறுத்துக் கொள்ள, புரட்சி

செய்தனர். இதனை அடக்க படை வேண்டும்; படை பயன்பட பணம் வேண்டும். மன்னனுக்கு வாய்ப்பாகவும் இது அமைதல் கூடும். அயர் புரட்சியை அடக்க, மாமன்றம் முன் வந்து பணம் தந்தால், அதைக் கொண்டு அமைக்கப்படும் படையைக் கொண்டு, மன்னன் மாமன்றத்தைத் தாக்கித் தகர்க்கக் கூடுமல்லவா! நல்ல வாய்ப்பு, இந்த நெருக்கடி என்று தோன்றிற்று.

இலண்டன் நகரில் நடைபெற்ற வரவேற்பும் உபசாரமும் கண்டு மன்னன் புதிய நம்பிக்கைகூடப் பெற்றான்.

மக்கள் - குறிப்பாக பிரமுகர்கள் மாமன்றத்தார் போலத் தன்னிடம் அருவருப்பு கொள்ளவில்லை; 'ராஜ பக்தி' இருக்கத் தான் செய்கிறது என்று எண்ணி, ஓரளவு களித்தான்.

அந்த வரவேற்பின் பொருளை மன்னன் உணரவில்லை. மக்கள் உரிமையை மன்னன் வற்புறுத்தலால் வழங்கினான். எனினும், அதைச் செய்ததற்கு மகிழ்ச்சி தெரிவிக்கவும், இதுபோல மக்களின் உரிமையை வழங்கும் மன்னராட்சிக்கே ஆதரவு கிடைக்கும் என்பதை அறிவிக்கவுமே வரவேற்பு நடைபெற்றது. மன்னன் இதை மறைந்து கிடக்கும் ஆதரவு என்று தவறாகக் கணக்கிட்டான்.

மாமன்றம், நிலைமையை விளக்கிவிட்டது. அயர் புரட்சி பற்றிய பிரச்சனையைக் கவனிக்கக் கூடிய மாமன்றம், 'படை திரளட்டும். ஆனால் அதன் தலைவராக யார் இருத்தல் வேண்டும் என்பதை மாமன்றமே தீர்மானிக்கும்' என்று முடிவெடுத்தது. மன்னன், இதற்கா இணங்குவான்?

படையைத் தலைமை தாங்கி நடத்தும் உரிமை முற்றிலும் மன்னனைச் சார்ந்தது என்று வாதிட்டான். வம்பு வளருகிறது என்று மாமன்றம் எச்சரித்தது; இந்த மூலாதார உரிமையை

ஒருக்காலும் இழக்க இணங்கேன் என்றான் மன்னன் - பிளவு தெரியலாயிற்று.

பகுதி: 3

'அயர் புரட்சியை அடக்க நானோர் தொண்டர்படை திரட்டுவேன். பதினாயிரவர் முன்வருக!' என்றான் மன்னன். படை திரளவில்லை. மாமன்றம் தடை விதித்து.

மன்னன் மீண்டும் தத்துவம் பேசினான் - கேட்பார் இல்லை.

மாமன்றம், பழைய ஏட்டைப் புரட்டிப் பார்த்தது. செய்யாது வைத்திருக்கும் காரியம் எது இருக்கிறது என்று அறிய. மக்களால் வலியுறுத்தப்பட்டுவரும் மத அலுவலர்களில் உயர் நிலையில் உள்ளவர்கள் அரசியலில் இடம்பெற்று, செல்வாக்குடன் இருந்தனர். 'அந்த உலகம்' குறித்து அரும் உபதேசம் ஆற்றவேண்டியவர்களுக்கு இந்த உலக அரசியலில் அக்கறை ஏன் என்று புதுக்கருத்தினர் கேட்டனர். ஜேம்சும் சார்லசும், உறுதியுடன் மத அலுவலர் சார்பில் வாதாடினர். "பாதிரி இல்லையேல் பார்த்திபனும் இல்லை!" என்று ஜேம்ஸ் கூறினான். சார்லசுக்கும் அதே கொள்கை. அந்த மத அலுவலர்களும், பிரபுக்கள் சபையிலே இடம்பிடித்துக் கொண்டு, எதேச்சாதிகாரத்தை ஆதரித்து வந்தனர். எனவே மக்கள் அவர்களுடைய செல்வாக்கைச் சிதைத்தாக வேண்டும் என்று மன்றம் கூறிற்று. மாமன்றத்திலே, இந்தப் பிரச்சனை எடுத்துக் கொள்ளப்பட்டது. மத அலுவலர்களின் செல்வாக்கு, எளிதிலே அழிக்கக் கூடியதல்ல - காரணம் காட்டுபவர்களல்லவே, கர்த்தரைக் காட்டுபவர்கள்! எனவே பிரச்சனை காரணமாக, இருபிரிவுகள் தோன்றிவிட்டன; ஒன்றை ஒன்று கேலி பேசவும் தலைப்பட்டன.

மாமன்றத்தின் சார்பினருக்கு, ரவுண்டுஹெட்ஸ் என்றும், மன்னன் சார்பினருக்குக் கவாலியர் என்றும்

பெயரிடப்பட்டது; குட்டைமுடியினர், குதிரைப்படையினர் என்ற பொருள்படும் ஏசலுரைகள் வீசப்பட்டன.

அரசக் கருவூலக் காப்பாளர் பதவி அளித்து, மக்கள் நண்பன் பிம் என்பவரை மயக்கி மடக்கலாம் என்று மன்னன் எண்ணினான்; இயலவில்லை.

மாமன்றம், அடுத்த கட்டம் சென்றது. கத்தோலிக்கரை ஏவிவிட்டுக் கலகம் விளைவிக்கவும், போப்பாண்டவரிடம் உதவி பெற்றுத் தாக்குதல் நடத்தவும் முயன்றதாக, ராணி எனிரிடாமீது குற்றப்பத்திரிகை தயாரிக்கலாயிற்று. மன்னன் நடுங்கிப் போனான். எனிரிடாவிடம் நிரம்ப அன்பு கொண்டவன் மன்னன். தன் ஆசைக்கினியாளுக்கே ஆபத்து என்றதும் மன்னனால் தாங்கிக் கொள்ள முடியவில்லை! இவ்வளவு துடுக்குத்தனத்துக்கும் காரணமாக உள்ள பிம், ஹாம்டன், ஹாலிஸ், ஆஸ்லிரிக், ஸ்ட்ரோட் எனும் ஐவரையும் கைதுசெய்ய உத்தரவிட்டான்.

ஐவர் மீது நாட்டைத் தாக்க வேறு நாட்டவரைத் தூண்டிய தாகக் குற்றம் சாட்டப்பட்டது.

மரணதண்டனைதான் கிடைக்கும் இந்தத் துரோகத்துக்கு!

மன்னனை எதிர்ப்பது மட்டுமல்ல, வெளி நாட்டைத் தூண்டிவிட்டுத் தாயகத்தைத் தாக்க ஏற்பாடு செய்வது மாபெரும் குற்றம்.

கோபத்தைவிட அதிகமாக மக்களுக்குச் சிரிப்புதான் பொங்கியிருக்கும், இந்தக் குற்றச்சாட்டு கேட்டு.

தாயகத்தின் தன்மானத்தைத் தழைத்திடச் செய்வதற்காக, தன்னலத்தை மறந்து, பொதுப்பணியில் ஈடுபட்டு, சிறையை ஏற்று, ஆபத்துகளைத் துரும்பென எண்ணிப் பணியாற்றி வரும், மக்கள் விடுதலைப் படையின் முன்னணியில் உள்ளவர்கள் இந்த ஐவர்! இவர்களைத் 'துரோகி' என்று, மக்களை வாட்டி வதைக்கும் மன்னன் குற்றம் சாட்டினால், சிரிப்புப் பொங்கத்தானே செய்யும்.

எங்கள் பிம், எமது ஹாம்டன் துரோகிகளா? யாருக்கு என்ன துரோகம் செய்தனர்? மன்னனை மக்களாட்சி நடத்துக என்று எச்சரித்தனர் ஐவர்! துரோகமா இது? எதேச்சாதிகாரத்தை ஏற்காதீர் என்று எமக்கு அறிவுரை கூறினர். அது துரோகமா? அடக்கு முறைக்கு அஞ்சேல்! என்று வீர உரையாற்றினர். துரோகமா? அரண்மனையில் நச்சரவம் இருக்கிறது, அதன் விஷப்பல்லைப் பெயர்த்தாக வேண்டும் என்று கூறினர்! இதில் என்ன துரோகம்? பொதுப் பணத்தைச் சூறையாடினவன், போக போக்கியத்தில் மூழ்கினவன், காமக் களியாட்டக்காரன், காதகம் புரிந்தோன், பக்கிங்காமுகள், லாடுகள், ஸ்ட்ரா போர்டுகள், இவர்கள் துரோகிகள்! இந்த ஐவர், எமது தோழர்கள், உரிமைப்போர் வீரர்கள். அவர்கள் மீது சிறு விரல் பட்டாலும் சிரம் அறுப்போம்! என்று மக்கள் முழக்கமிட்டனர். பல ஆண்டுகளாக அவர்கள் மக்கள் பணியாற்றி வந்ததால் ஏற்பட்டிருந்த ஆதரவு, சாமான்யமானதல்ல! மன்னன் அவர்கள் மீது பாய்ந்தது, மதியற்ற செயலாகும். எண்ணற்ற மக்களின் நெஞ்சிலே இடம்பெற்ற அவர்களின் சொல் படைகளைத் திரட்டக் கூடிய வலிவு பெற்றுவிட்டது. அடக்க முடியாதது என்று எண்ணி மக்கள் ஆயாசப் பட்டபோது, துணிந்தால் அடக்கலாம் என்று எடுத்துக்கூறி, எதேச்சாதிகாரத்தை அடக்கிக் காட்டிய அம்மாவீரரை இழக்கத் துளியும் சம்மதியோம் என்று மக்கள் கூறி, வீறு கொண்டெழுந்தனர்! அந்த ஐவர், நாட்டின் இதய நாடிகள் - கரம் வைத்தால் சிரம் போகும் என்றனர் மக்கள்.

இராணி எனிரிடா கண்ணீர் உகுத்துக் கண்ணாளனை வேண்டி நிற்கிறாள். வேந்தன் ஐவரைச் சிறையிலிட உத்தர விட்டான்.

உத்தரவைக் தாங்கிக் கொண்டு அதிகாரி வந்தான் - 'உயிர் பிழைத்துக் கொள்ள வேண்டுமானால் ஓடிப்போ' என்று மாமன்றம், அதிகாரியை விரட்டி அடித்தது?

ஐவரின் இல்லங்களிலே அரசன் சார்பினரான படை வீரர் புகுந்தனர் - இழுத்துப் பூட்டினர். மன்னன் தவறு மேல் தவறு செய்த வண்ணம் செல்கிறான். நாடெங்கும் கொதிக்கிறது.

'ஐவரைக் கைது செய்ய நானே செல்கிறேன்' என்று கூறினான் மன்னன். 300 போர் வீரர் புடைசூழ, சில பிரபுக்கள் உடன்வர, மாமன்றம் வந்தான்.

உள்ளே மாமன்றம் நடைபெறுகிறது; வெளியே மன்னன், முன்னூறு பேருடன் ஐவரைக் கைது செய்ய!

ஐவர், மாமன்றத்தில் இல்லை! அவர்களை நண்பர்கள் வேறிடம் அழைத்துச் சென்றுவிட்டனர். மன்னன் மாமன்றத்துக்குள் நுழைந்தான். எண்பது வீரர் அவனுடன் உள்ளனர். நாடாளும் மன்னன், நாலாந்தர ஐந்தாந்தர அட்டகாசக்காரன் போல வருகிறான். கண்டறியாத காட்சி! கேட்டறியாத சம்பவம்! இத்தனைக்கும் விலா நொறுங்கியிருக்கும் வேங்கையின் நிலையை எய்தியிருக்கிறான் வேந்தன்.

மாமன்றத்தினர் மரியாதையுடன் எழுந்து நின்று, மன்னனை வரவேற்றனர். அவருடைய கண்கள் ஐவரைத் தேடின. "பறவைகள் பறந்துவிட்டன! சரி, நான் வந்தது பலன் தரவில்லை. ஆனால் பர்தார்! அந்த ஐவரை எப்படியும் என்னிடம் பிடித்து ஒப்படைக்க வேண்டும். அவர்கள்

துரோகிகள்! இது உங்கள் அரசன் ஆணை" என்று கூறிவிட்டு, வெளிக்கிளம்பினான்.

"உரிமை! உரிமை!" என்று முழக்கமிட்டனர், மாமன்றத்தார்.

மன்னன், மாமன்றத்தைத் தாக்க, பலாத்காரத்தைக் கையாளத் தொடங்கிவிட்டான் - சிறு படைதான்! நூறு பேர்கள் - எனினும், படைதானே! எனவே, இனி படைதான் பேச வேண்டும் போலிருக்கிறது! போர்! ஆம்! மன்னன் நம்மைப் போருக்கு அழைக்கிறான்! அவன் போர்க்கோலம் பூண்டு விட்டான்! இனி நாமும் அதற்குத் தயாராக வேண்டியதே என்று தீர்மானித்தனர்.

'அந்த ஐவர், துரோகிகள் என்றால், நாம் எல்லாம் யார்?' என்று கேட்டுக் கொண்டனர், மாமன்றத்தார், உடன் பணியாற்றும் தோழர்களாகிய நாமும், துரோகிகளே என்று கூற வேண்டுமா! ஐவரைக் காட்டி நம் அனைவரையும்தான் மன்னன் பழிக்கிறான். நாட்டு மக்களின் சார்பிலே நாம் உறுப்பினரானோம், நம் சார்பிலே ஐவர் அரசனுக்குப் பலியாக வேண்டும்போலும் என்றனர்.

நாடு பதைத்தெழுந்தது. 'ஐவரைக் காப்போம்; அவர்மீது அரசன் ஆணை பாயச் சம்மதியோம்' என்று ஆர்ப்பரித்தனர். எந்த நேரத்தில் அரசன் படையினர் ஐவரைக் கைது செய்ய வருமோ என்ற எண்ணத்தில், அன்று இரவு முழுவதும் இலண்டன் நகர மாந்தர், போர்க்கோலத்துடன் விழித்தவண்ணம் இருந்தனராம். வெளி நகர்களிலிருந்து நாலாயிரம் குதிரை வீரர்கள், இலண்டன் வந்து சேர்ந்தனராம். கடுமையாகப் போரிட்டு, மக்களைக் கொன்று குவித்த பிறகே, ஐவரைச் சிறைப்படுத்தமுடியும் என்று நாடு கூறிவிட்டது. நாடாளும் மன்னனால், ஐவரைச் சிறைப்படுத்த முடியவில்லை. மக்கள் ஐவருக்கு அரண் அளிக்கிறார்கள்!

வெடிமருந்துச் சாலைக்கருகே தீக்குச்சிபோலாகிவிட்டது ஐவரைக் கைதுசெய்ய மன்னன் முனைந்தது. அடுத்த கட்டம், போர்! வேறில்லை என்பது விளக்கமாகிவிட்டது.

மன்னன் தாக்கீது அனுப்பினான், ஐவரைக் கைது செய்யும்படி! மாமன்றம் மன்னன் செயல், சட்ட விரோதமானது என்று தாக்கீது பிறப்பித்தது.

இரு அரசுகள்! நாடு, எதை ஏற்றுக் கொள்வது என்பதை இனிக் களம்தான் தீர்மானிக்கவேண்டும்.

ஐவருக்கு வந்த ஆபத்து, நாட்டு மக்களைப் போர்க் கோலத்தில் கொண்டு வந்து விட்டது. நகரம், புயலுக்குரிய நிலைமையில் இருந்தது. ஆபத்து தன்னை அணுகும் என்ற அச்சம் மன்னனுக்கு! மன்னன் தன் குடும்பத்தாரை அழைத்துக் கொண்டு, ஊரார் அறியாவண்ணம் இலண்டன் நகரை விட்டு, வேறிடம் சென்றுவிட்டான்.

ஐவர், மன்னனை விரட்டிவிட்டனர்! மக்கள் மகிழ்ச்சிப் பெருக்குடன் ஐவரை வரவேற்றனர்.

தேம்ஸ் ஆற்றிலே, படைக்கலங்கள்! கரையெல்லாம் உறுதி படைத்த வீரர்கள்! ஐவர் வருகின்றனர், மாமன்றம் நோக்கி! ஊரே திரண்டு வருகிறது! வெளியூரில் இருந்தெல்லாம், மக்கள் கூட்டம்.

மன்னன், மக்கள் சீற்றத்துக்கு இடம் தராத இடம் நாடினான் - விண்சர் எனும் ஊர் போய்ச்சேர்ந்தான். ஐவர் மாமன்றத்தில் எப்போதும்போல் அமர்ந்தனர். போர் மூண்டால், வெற்றி

எவர் பக்கம் என்பதை அறிவிக்கும் சம்பவமாகிவிட்டது; ஐவர் வெற்றி.

இனிப் போரிட்டுத்தான் பிரச்சனையின் முடிவு காண வேண்டும் என்ற கட்டாயம் தோன்றிவிட்டது.

ராணி எனிரிடா, குடும்ப நவமணிகளையும் அணிகளையும் எடுத்துக் கொண்டு, ஐரோப்பா சென்று, விற்று, ஒரு கலம் நிறைய போர்க் கருவிகளை அனுப்பியாகி விட்டது! மன்னன், தன்னை அண்டிப் பிழைக்கும் பிரபுக்களுடன், மந்திராலோசனை நடத்தி, போர்த் திட்டம் தீட்டினான். மாமன்றம் செயலாற்றாம லில்லை! துறைமுகப் பட்டினங்களிலே, மாமன்றச் சார்பினர், திரண்டனர்.

ஹல் என்ற ஊரிலே குவித்து வைக்கப்பட்டிருந்த வெடி மருந்துக் கிடங்கு, மாமன்றத்தார் வசமாயிற்று. அதைக் கைப்பற்ற வந்த மன்னனைக் கிடங்குக்குள்ளே நுழையக் கூடாது என்று காவலாளிகள் தடுத்து நிறுத்தினர். இனியும் என்ன செயல் வேண்டும்! மாமன்றத்தின் கட்டளையின்படி நடந்து கொள்பவர்கள், மன்னனைத் தடுத்து நிறுத்த முன்வந்துவிட்டனர்!

மன்னன் நாட்டிங்காம் எனும் நகர்சென்று, போர்க்கொடி உயர்த்தினான்.

மக்கள் மீது மன்னன் போர் தொடுத்துவிட்டான்! எனவே மன்னன், மாபெரும் துரோகியானான் என்று மாமன்றம் அறிவித்தது. நாடு அறை கூவலை ஏற்றுக் கொள்வோம் என்றது. படைகள், களம் புகுந்தன. உள்நாட்டுப் போர் துவங்கிவிட்டது. தத்துவம் பேசிப் பயன் காணாத மன்னன், இனி இரத்தம் கொட்டி, வெற்றிதேடக் கிளம்பிவிட்டான்.

மக்கள் ஆர்வத்துடன் மாமன்றம் திரட்டிய படையில் சேர்ந்தனர். வெள்ளிச் சாமான்கள், தங்கநகைகள், பணம், கொண்டுவந்து குவித்தனர் மக்கள். அவற்றை வைத்திருக்கப் போதுமான இடம்கூட இல்லையாம். அளவு அவ்வளவு! ஆர்வம் அத்துணை! கிழமைக்கு ஒருநாள், உணவருந்தலாகாது. அதனால் மிச்சப்படும் பணத்தைச் சேர்த்து, மாமன்றத்திடம் தரவேண்டும் என்றுகூட மாமன்றத்தார் ஓர் ஏற்பாடு செய்தனராம். போர்ச்செலவுக்கான பணம் குவிந்தது மட்டுமல்ல, ஓர் உயரிய கொள்கைக்காகப் போரிடுகிறோம்; உயிர் இழப்பினும் கவலை யில்லை என்ற தூய எண்ணம்; வீரம் ததும்பும் மக்கள் குவிந்தனர்.

இலண்டன் வியாபாரக் கோட்டம் - மாமன்றத்துக்குப் பெருந்துணையாக நின்றது.

கடற்படை பெரிதும் மாமன்றத்தை ஆதரித்தது.

துறைமுகப்பட்டினங்கள் பலவும் மாமன்றச் சார்பில் இருந்தன.

எனவே வெளிநாடுகளிலிருந்து ஆள் அம்பு, மன்னனுக்காக வரவழைப்பது கடினமான காரியமாகிவிட்டது.

பிரபுக்கள் புடைசூழ நின்ற மன்னனிடமும், பணம் திரண்டது; படையும் அமைந்தது. ஆனால் கொள்கை மட்டுமே தரவல்ல நெஞ்சுரம் மன்னன் படை வரிசையில் இல்லை. ரூபர்ட் என்பார் போன்ற திறமிகு தளபதிகள் இருந்தனர். எனினும் படைவீரரிடம் ஆர்வம் இல்லை.

1642ஆம் ஆண்டு துவங்கிய உள்நாட்டுப் போர், 1645 வரையில் நடைபெற்றது. பயங்கரமான சண்டைகள். இருதரப்பிலும் கொட்டப்பட்ட இரத்தம் கொஞ்சமல்ல! வீரச் செயல்

களுக்கும் குறைவில்லை. இருதரப்புக்கும் வெற்றி தோல்வியின்றிச் சிலகாலம் நடைபெற்ற சமர்! மாமன்றப் படைவரிசையிலே பணியாற்றிய மாவீரன் ஆலிவர்கிராம் வெல் என்பரின் திறமையாலும் தீரச்செயலாலும், களம் அமைக்கும் முறையாலும், தாக்குதலை வகுத்திடும் திட்டத்தின் நேர்த்தியாலும் மாமன்றத் துக்குச் சாதகமாகத் திரும்பிற்று. மார்ஸ்டன் மூர், நியூபரி, நேஸ்பி எனும் இடங்களில், மாமன்றத்துக்கு மகத்தான வெற்றிகள் கிடைத்தன. கிராம்வெலின் கீர்த்தி பரவிற்று. மன்னன் படைவரிசையில் பிளவும், போரிடுவோர் உள்ளத்தில் கிலியும் ஏற்பட்டது.

வெற்றி கேட்டு மகிழ்ந்த மக்கள், மனவேதனை கொள்ளும் சம்பவமும் இதுபோது நடைபெற்றது. 1643இல் ஹாம்டன் தீரமாகக் களத்தில் போரிட்டுக் கொண்டிருக்கையில் இறந்துபட்டார்! வாழ்நாள் முழுவதும் மக்களுக்காகப் பாடுபட்ட மாவீரன் மறைவு, நாட்டுக்கு ஈடு செய்ய முடியாத பெரு நஷ்டம். எனினும், வரலாற்றுச் சுவடியில் மட்டுமல்லாமல், மக்கள் உள்ளத்திலே இடம்பெற்று, ஹாம்டன் நிலைத்து நின்றார். மாமன்றம் இறுதியில் வாகைசூடும். மக்களின் சக்தியை இனி மன்னன் மாய்த்திடுவது முடியாத காரியம் என்பதற்கான நல்ல குறிகளைக் கண்டான பிறகே ஹாம்டன் மாண்டார். அவர் ஆற்றிய பணி அளப்பரிது. அவர் காட்டிய வீரம், மக்களை ஈர்த்தது. மாவீரன்! மறைந்தான்! கடைசிச் சொட்டு இரத்தத்தையும் மக்கள் பணிக்கே தந்தான்.

மக்களுக்கு மகிழ்ச்சியும் மன்னன் சார்பினருக்கு மருட்சியும் தரத்தக்க மற்றோர் சம்பவம் இதுபோது நிகழ்ந்தது. நாட்டை அடக்கி ஆண்ட அக்கிரமக்காரரில் ஒருவனான லாட், தூக்கிலிடப் பட்டான்.

மக்களைத் துக்கத்திலாழ்த்திய மற்றோர் சம்பவம் பிம் மரணம். ஹாம்டன் போலவே, முன்னணி நின்று மக்களுக்குப் பணியாற்றிய பிம், விடுதலை விளக்கை ஏற்றி வைத்தான். ஆனால் அதன் முழு ஒளியை காணும் முன்னம் இறந்துபட்டான். ஓயாத உழைப்பு உடலைத் துளைத்து விட்டது! நோய் வாய்ப்பட்டு பிம் இறந்தான். இறவாப் புகழ் பெற்றான பினறுக, மக்கள் பணிக்காகத் தன்னை ஒப்படைத்த பிறகு இம்மாவீரன், சுகமிழந்தான், சொத்திழந்தான், ஓய்விழந்தான், ஓட்டாண்டியுமானனான். மக்கள் உரிமை பெறவேண்டும் என்பதன்றி வேறோர் குறிக்கோள் கொண்டானில்லை. நுண்ணறிவும், பொங்கும் ஆர்வமும், பொல்லாங்கைப் பொசுக்கும் தீரமும் படைத்த பிம், கடைசிக் காலம் வரையில், மக்களுக்காகவே உழைத்தான் - வெற்றி கிட்டுவது உறுதி என்ற நிலை பிறந்த பிறகே மறைந்தான்; மறைவதற்கு முன்புகூட, மக்களுக்கு மகத்தானதோர் நலன் தந்தான்.

எட்வர்டுவாலர் என்றோர் கவிஞன் - கலை உள்ளம் கொள்ள வேண்டியவன், சதிச்செயலில் ஈடுபட்டான்.

இனிக்கப் பேசுவான். எவரிடமும் சாகசமாகப் பழகுவான். தோழமைகொள்வான். இக்கவிஞன், மன்னனுக்காக ‘சதி’ புரியத் திட்டம் வகுத்தான்.

தித்திக்கும் பேச்சில் வல்ல இவனிடம் ஆடவரும் பெண்டிரும் நேரம் கொண்டனர்! படைவரிசையில் பளிவு உண்டாக்கு வது, மாமன்றத்தின் வலுவைக் குலைப்பது, மன்னனை அரியாசனம் அமர்த்துவது என்பது கவிஞன் திட்டம். ஆஸ்தான கவிஞன் ஆகலாம் என்று கனவு கண்டிப்பான் போலும்!

டாம்கின்ஸ் என்பான் வாலருக்கு உறவினன். தன் கற்பனைமிக்க கவிதைகளைப் பாடிக் காட்டவேண்டிய கவிஞன், தன் சதித்திட்டத்தை அவனிடம் கூறினான், அவன் ஆதரவு பெற.

மாமன்றத்தின், சம்பளமில்லாத ஒற்றர்கள், எல்லா மாளிகைகளிலும் இருந்தனர், டாம்கின்ஸ் மாளிகையிலும்!!

சதித்திட்டம் பேசப்படுவதைக் கேட்டுக் கொண்டிருந்த பணியாள், சேதியைப் பிம்முக்கு அறிவித்தான் - மாமன்றத்தார் பாய்ந்தனர். காதகர் சிக்கினர். பத்தாயிரம் பவுன் அபராதம் செலுத்தி, கவிஞன் உயிர்பிழைத்துக் கொண்டான்; சிலர் சொல்லப்பட்டனர். சதி - சிதைக்கப் பட்டது.

மறையுமுன் பிம் ஆற்றிய தொண்டு இது.

மக்கள் அவனுக்கு வீரவணக்கம் செலுத்தினர் - அவன் பட்டிருந்த பத்தாயிரம் பவுன் கடனையும், அவன் சார்பில் மாமன்றமே செலுத்திற்று.

இருமாவீரர் பிம், ஹாம்டன் மறைந்தனர் - ஆனால் அவர்கள் ஊட்டிய ஆர்வம் வளர்ந்தது; மாஸ்டன் மூர், நியூபரி, நேஸ்பி என்று வெற்றிக் கீதம், மக்களுக்கு விருந்தளித்தது. மிரண்ட மன்னன். ஸ்காட்லாந்துக்காரரிடம் தஞ்சம் புகுந்தான்!

படைபலம் - கடைசி முயற்சி - அதிலேயும் மன்னன் தோற்றான்.

இதற்குப்பிறகு, மன்னன் நிலைமை, கைதியின் நிலைமை தான் - ஆனால் கட்டுக்கு அடங்கிய கைதி அல்ல; தப்பி ஓட முயன்றபடி உள்ள, கைதியின் நிலைமை.

நேஸ்பீ களத்திலே, மன்னன் தோற்றோடியபோது அவனுடைய கடிதக்கட்டு, மாமன்றப் படையிடம் சிக்கிற்று - மன்னன், வெளிநாட்டவரைக் கொண்டுவரச் சதி புரிவது, சாகசமாக மாமன்றத்தாரை ஏய்க்க விரும்புவது, பிரான்சு சென்றிருந்த தன் துணைவிக்கு எழுதி படையும் கருவியும் சேர்த்திட முனைந்தது ஆகியவை அம்பலமாயின. எழுபத்து இரண்டு பக்கம் கொண்ட துண்டு வெளியீடு மூலம் மாமன்றம் மக்களுக்கு இதனை அறிவித்தது.

தோல்வியை ஒப்புக் கொள்ளவோ, துயரால் தாக்குண்டு தலைகுனியவோ, மக்களிடம மல்லுக்கு நின்றது போதும். இனி ஒழுங்கான ஆட்சி நடத்துவதாக உறுதி கூறிச் சமரசம் கோருவோம் என்ற விழைவோ, மன்னனிடம் இருப்பதாகத் தெரியவில்லை. தப்பிச் செல்ல மார்க்கம் கிடைத்தால், மீண்டும் ஓர் முயற்சி செய்யலாம் என்பதே மன்னனுடைய எண்ணமாயிற்று.

நாடு, பெரும் போரிலே சிக்கிற்று - பொருள் சேதம், உயிர்ச் சேதம் ஏராளம் - வரிச்சுமையும் அதிகம். இந்நிலையில், மாமன்றத்தின் பக்கம் நிற்பவர்கள்கூட, சிறிது சலிப்படைந்திருக்கக் கூடும். இந்த நிலைமையைத் தனக்கேன் வாய்ப்பாக்கிக் கொள்ளக் கூடாது என்பது மன்னன் கருத்து.

சிறைப்பட்டது முதல் சிரம் இழக்கும் வரையில், மன்னன், தப்பிச்சென்று தன் ஆதிக்கத்தைத் திரும்பப் பெற எடுத்துக் கொண்ட முயற்சிகளிலே, முக்கியமான முறை ஒன்று இருந்தது - தன்னை எதிர்த்து நிற்கும் அணியில் பிளவு ஏற்பட வேண்டும் என்பதுதான் அம்முறை.

ஸ்காட்லாந்துக்காரரை அடுத்து அவர்களின் ஆதரவைப் பெற்றால், அவர்கள் மூலம், பிரிட்டிஷ் மக்களை வீழ்த்தலாம்.

அயர் மக்கள் திரண்டால், அவர்களைக் கொண்டு மாமன்றத்தாரை ஒழிக்கலாம்.

மாமன்றத்திலேயே பிரிவு தெரிகிறது. அதைப் பயன் படுத்தினால், பலன் காணலாம்.

மாமன்றத்துக்கும் படையினருக்கும் பிளவு வெடிக்கிறது, இதனைப் பயன்படுத்தலாம்.

இன்னபிற எண்ணங்களே மன்னன் மனத்தில்! தத்துவம் குடைகிறது, என் செய்வேன்!

ஸ்காட்லாந்துக்காரர், மன்னனை மீண்டும் ஆதிக்கம் செலுத்தத் துணைபுரிய விரும்பவில்லை; மன்னன் கிடைத் திருக்கிறான். இதனைக் காட்டி, மாமன்றத்திடம் பெரும் பொருள் பெறவேண்டும் என்று எண்ணினர்.

4,00,000 பவுன்தர மாமன்றம் இசைந்தது. மன்னனை ஒப்படைக்க ஸ்காட்லாந்துக்காரர் இணங்கினர்.

மன்னன் முறியடிக்கப்பட்ட நேஸ்பீ களத்தருகே, மன்னனுக்குச் சொந்தமான மாளிகையில், சார்லஸ், சிறை வைக் கப்பட்டான்.

மன்னனை அப்போதும் மாமன்றத்தார் மரியாதைக் குறைவாக நடத்தவில்லை; உரிய மதிப்பளித்தனர் - வசதிகள் யாவும் செய்தனர்.

மாமன்றப் படைத் தலைவராக இருந்த பேர்பாக்ஸ் என்பவரே, மன்னனை எதிர்கொண்டழைத்தார்.

மக்கள், சிறைப்பட்ட மன்னனைக் காண வழி நெடுக நின்றனர் - காணக்கிடைக்காத காட்சி அல்லவா!!

சார்லஸ் மன்னன், முரட்டுத் தோற்றமும், பொறி பறக்கும் பேச்சினனுமல்ல! பார்ப்பதற்குப் பரம சாதுவாக இருப்பவன் - கனவு வழியப் பார்ப்பான். கண்ணியமாகப் பழகுவான். எனவே அவனைக் கண்ட மக்கள் தோற்றத்தையும் செயலையும் ஒப்பிட்டுப் பார்த்துத் திகைத்திருப்பர். இவ்வளவு நல்லவனாக இருக்கிறான். எத்துணை தீய காரியம் செய்தான் என்று எண்ணிருப்பர்.

பகுதி: 4

ஐந்து திங்கள் இந்த மாளிகையில் அரசன், மாமன்றத்தின் கைதியாக இருந்தான். எந்த மாமன்றத்துக்குள்ளே நுழைந்து ஐவரைக் கைது செய்ய வந்திருக்கிறேன் என்று அதிகாரம் பேசினானோ, அதே மன்னன், அதே மாமன்றத்தில் கைதியானான். வரலாறு இதுபோன்ற சம்பவத்தை அடிக்கடி பொறித்திட முடியும்!

மன்னனிடம் சமரசம் காணவேண்டும் என்ற நோக்கமே மாமன்றத்துக்கு இருந்தது - ஆனால் காட்டுமிருகத்தை வீட்டில் கொண்டுவந்து பழக்கினாலும், அதன் காட்டுக் குணம் போவ தில்லை என்பதுபோல, மன்னன், மாமன்றம் காட்டிய நட்புமூலம், தன் தீய எண்ணத்தை விட்டுவிடவில்லை.

அண்டை அயலில் இருந்த பிரபுக்களின் மாளிகைக்கு மன்னன் செல்லலாம், விருந்து உண்டு மகிழலாம், வேட்டை ஆடிக் களிக்கலாம், தடை ஏதும் இல்லை. ஆனால் இது எதற்குப் பயன்பட்டது? ஒற்றர்களிடம் பேசி, ஓட வழிதேடுவதற்குத்தான்!

மீன் பிடித்துக் கொண்டிருந்தான் ஒருவன்! மன்னன் உலவச் சென்றான்! மீன்பிடித்தவன், மெல்ல மெல்ல மன்னனை அணுகி, இரகசியமாக ஒரு சுருளைத் தருகிறான். பிரான்சிலிருந்து, எனிரிடா அனுப்பிய கடிதம் அது.

இப்படிப்பட்ட சம்பவம் கண்டபிறகே, மாமன்றம், கண்காணிப்புத் தேவை என்ற முடிவுக்கு வந்தது. மன்னனுக்கு ஊழியம் செய்பவர்கள், ஒற்றர்கள் என்பதறிந்து அவர்களை நீக்கி விட்டு, மாமன்றம் வேறு ஆட்களை அமர்த்திற்று.

மன்னன் இவ்விதம்! மாமன்றமோ, பிளவுக்கு இடமளித்து விட்டது. நீண்ட காலமாக ஓயாது உழைத்து வந்தவர்களுக் கிடையே, கருத்து வேற்றுமை, பல பிரச்சனைகளில் முளைத்தன. எதிர்கால ஏற்பாடு பற்றி, முரண்பாடான எண்ணங்கள் உலவின. கேட்டது கிடைத்துவிட்டது என்ற திருப்தி சிலருக்கு; கேடு களையப்படவில்லை என்ற எண்ணம் சிலருக்கு; அரசன் மீண்டும் அரண்மனை புகவேண்டும் என்று எண்ணியவர்களுக்கு, அருமையான வாய்ப்பாக்கி விட்டது, இந்தக் கருத்து வேற்றுமை.

மாமன்றத்திலிருந்து மணி விளக்குகள் அணைந்து விட்டது போல, பிம், ஹாம்டன் மறைந்துவிட்டனர்.

களம் புகுந்து கடும் போரிட்டோருக்கும், கருத்துப் போரில் காலமெல்லாம் செலவிட்டு, மக்களைப் போர் வீரராக்கியோருக்கும் இடையே மனக்கசப்பு வளர்ந்தது.

மாமன்றம் அரசாள விழைந்தது. படையினர், எமது கரம் வலுவுடையது என்று வாதாடினர்.

கிராம்வெல், இதுபோது, கீர்த்திமிக்க நிலைபெற்று மாமன்றத்தை மங்கவைக்கும் மாவீரனானான்.

கனி கிடைத்துவிட்டது. சாறு பிழிந்து பருவகுவதா? துண்டுகளாக்கித் தின்பதா என்பதுபோல, வெற்றி கிடைத்து விட்டது. இனி அதனைப் பயன்படுத்துவது எம் முறையில் என்பது பற்றிக் கருத்து வேற்றுமை முளைத்தது.

அந்த நேரத்தில், குழப்பத்தைத் தவிர்க்கவும், சதிகளைச் சாய்க்கவும், வெளிநாட்டினர் விபரீதப் போக்கு ஏதும்

கொள்ளாமலிருக்கச் செய்யவும், மீண்டும் மன்னன் சார்பிலே எத்தகைய இரத்தக்களறியும் ஏற்படாது தடுக்கவும், கிராம் வெல்லுக்குத்தான் ஆற்றலும் வாய்ப்பும் இருந்தது.

கிராமத்துக் கனவான், கடும் உழைப்பால் உயர்ந்தவன். படையினருக்கு நண்பன்; தூய நடத்தையாளன் கிராம்வெல். அவன் களத்திலே காட்டிய வீரமும், படை வரிசைகளிலே புகுத்திய புதுமுறைகளும், தன்னல மறுப்பாளர்களைத் திரட்டிய நேர்த்தியும், தலைமை இடத்துக்கு அவனைத் தகுதியுள்ளவனாக்கிற்று.

சார்லசுக்குத் தீர்ப்பளிக்கும் பொறுப்பை ஏற்க கிராம்வெலே தகுதி வாய்ந்தவன் - மற்றோர் காரணத்தால்.

சார்லஸ், 'ஆண்டவன் எனக்கு அருள்பாலித்திருக்கிறார். அதனாலேயே நான் மன்னனானேன்' என்று தத்துவம் பேசினான்.

கிராம்வெல் தான் பெற்ற வெற்றிகள் அனைத்தும், ஆண்டவன் அருளாலே கிடைத்தன என்று நம்பி கூறி வந்தவன்.

"அவன் விட்ட வழிப்படி நடக்கட்டும்!" என்பதும், இருவருக்கும் எப்போதும் எண்ணம்.

'வெற்றி தருபவன் அவனே! வேந்தனை நம்மிடம் ஒப்படைத்தவனும் அவனே!' என்று பக்தி மேலிட்டுதான் கிராம்வெல் பேசுவான். களத்திலிருந்து அவன், வெற்றிச் செய்தி களை அனுப்பிய ஓலைகள் முதற்கொண்டு துணைவிக்கு அனுப்பிய காதல் கடிதம் வரையில், இந்த 'பக்தி' ததும்பிற்று.

சார்லசும், எந்தக் கஷ்டம் நேரிடுகிறபோதும், எந்தக் கொடுமை செய்கிற சமயத்திலும் 'அவன்' பெயர் கூறத் தவறியதில்லை.

எனவே, 'அவன்' அருள் பெற்ற அவ்விருவரும்தான், ஒருவருக்கொருவர் கணக்குத் தீர்த்துக்கொள்ள வேண்டியது பொருத்தம்!

பொருத்தம் இருப்பினும், இல்லாது போயினும் நிலைமை, கிராம்வெல் பக்கம் இருந்தது.

மாமன்றத்தில் முணுமுணுத்தவர்களை விரட்டினான்; முன்னின்று காரியமாற்றும் நிலை பெற்றான்.

மாமன்றத்துக்கும் படையினருக்கும் ஏற்பட்ட இந்தப் பிளவு, மன்னனுக்கு வாய்ப்பாகிவிடாமலிருக்க, இரு சாராரும், தனித்தனியே, மன்னனிடம் சமரசம் செய்து கொள்ள முயன்றனர். மன்னனோ, 'இதைக் காட்டி அதை' ஏய்க்கும் போக்கில் ஈடுபட்டான்.

படையினர், மன்னனைத் தங்கள் வசம் கொண்டு வந்து வைத்துக் கொள்வதுதான் நலன் பயக்கும் என்றனர்; எனவே மாமன்றத்தாரிடம் சிறைப்பட்டிருந்த மன்னனைத் தங்கள் மேற்பார்வையில் உள்ள சிறைக்குக் கொண்டு வரத் திட்டம் தயாராயிற்று. மன்னன் இப்போது சிறை எடுக்கப்பட வேண்டிய பொருளானான்!

ஜாயிஸ் என்றோர் படைவீரன் - சிறு பிரிவுக்குத் தலைவன். மன்னன் இருக்கும் மாளிகையைச் சுற்றி வளைத்துக் கொண்டான். மாமன்றச் சார்பிலே காவலிருந்தவர்களின் கரம் ஒடுங்கிவிட்டது. கரத்தில் துப்பாக்கியுடன் சென்றான், மன்னனிடம்.

"புறப்படுக!"

“எங்கே?”

“இந்த இடத்தைவிட்டு”

“யார் நீ?”

“ஜாயிஸ்! படைவீரன்!”

“யார் உத்தரவுமீது வந்தாய்?”

“நானே தான்!”

“எங்கே உத்தரவு.”

“உத்தரவைக் காட்டத்தான் வேண்டுமா! சரி, அதோ பாரும், உத்தரவு.”

வெளியே நிற்கும் சிறு படையைக் கண்டான் மன்னன். சீறிப் பயனில்லை. ஜாயிசுடன் கிளம்பினான்.

ஜாயிஸ், இங்ஙனம், மன்னனை முரட்டுத்தனமாக அழைத்துச் செல்ல முற்பட்டாலும், மன்னன் உடன்வர இணங்கிய பிறகு, மரியாதையாக நடந்து கொள்ளலானான் மன்னனுடைய விருப்பப்படியே, நியூமார்க்கட் எனும் இடம் நோக்கிச் சென்றனர். அங்கு போய்ச் சேருமுன், ஓர் இரவு, வழியில் உள்ள கிராமத்தில், ஓர் மாளிகையில் தங்கினர். அந்த மாளிகை முன்னம் கிராம்வெலுக்குச் சொந்தமாக இருந்தது!

பேர்பாக்ஸ், கிராம்வெல் ஆகியோர், மன்னனை மரியாதை யாகவே நடத்தினர் - அவன் விருப்பப்படியே வசதிகள் - உபகாரத்துக்கு ஏற்பாடுகள் - வின்சர் நகரிலே. மன்னன் சிறை வைக்கப்பட்டான்.

மாமன்றம் அனுப்பிய சமரச ஏற்பாடு ஒருபுறம்; படையினர் அனுப்பிய ஏற்பாடு மற்றோர்புறம். மன்னனிடம் வந்தன்.

மக்கள் உரிமையை மதித்து ஆட்சி செய்யவேண்டும். அதற்காக மாமன்றம் இயற்றிய சட்டங்களின்படி ஒழுக வேண்டும். எதேச்சாதிகார ஆட்சிக்குத் துணையாக இருந்த துரோகிகளின் மீது மாமன்றம் நடவடிக்கை எடுக்கும்போது குறுக்கிட்டு, 'அவர்களை மன்னிக்கக் கூடாது. மாமன்றத் தேர்தலுக்கு, மன்னன் முகாமில் இருந்தவர்கள் நிற்கலாகாது' என்பன நிபந்தனைகள்.

"மிச்சம் என்ன இருக்கும்? முடிதானே!" என்று அலட்சியமாகக் கூறிய சார்லஸ், உடன்பாட்டுக்கு வர மறுத்தான்.

படை வரிசையினரோ இதனினும் குறைந்த அளவிலேயே நிபந்தனைகள் விதித்தனர். துரோகிகள் பட்டியல் தயாரிக்கப் படும்போது, முக்கியமானவர்கள் வரையிலாவது மன்னன் குறுக்கிடாமலிருக்கவேண்டும் என்று கேட்டனர். இதற்கும் மன்னன் இணங்கவில்லை.

அரியாசனத்தைத் தூசி துடைத்து அலங்காரம் செய்து, மன்னனை அமரச் செய்து, அவன் எதிரில் கைகட்டி வாய் பொத்தி மாமன்றத்தார் குற்றேவல் புரியக் காத்துக் கிடக்க வேண்டும். அக்கிரம ஆட்சிக்குத் துணை நின்றவர்கள் பழையபடி துதிபாடித் தூபமிட்டு, பதவி பெற்றுக் கொழுப்பர் - இதற்கா களம் புகுந்தனர், கஷ்ட நஷ்டம் ஏற்றனர், குருதி கொட்டினர்! மன்னன், எந்தச் சமயத்திலும், இழந்த

ஆதிக்கத்தைத் திருப்பிப் பெற ஒரு துரோகக் கும்பலை நம்பி இருந்தான். எனவேதான், துரோகிகள் தண்டிக்கப்பட்டாக வேண்டும் என்ற நிபந்தனையை ஏற்கமறுத்தான்.

ஸ்காட்லாந்திலிருந்தாவது, அயர்லாந்திலிருந்தாவது உதவி கிடைக்கும் என்ற ஆசை அகலவில்லை. இராணி எனிரிடாவும் முயற்சியைக் கைவிடவில்லை. இந்நிலையில் உடன்பாட்டுக்கு வராமல், ஆனால் அதேபோது உடன்பாடு குறித்துப் பேசிக் கொண்டு காலத்தை ஓட்டுவதே சாலச் சிறந்ததென மன்னன் எண்ணினான்.

படையினர் அமைத்திருந்த கட்டுக்காவலை ஏய்த்துவிட்டு மன்னன் வெயிட் தீவு எனும் இடம் சென்றான். இங்குக் கவர்னராக இருந்த இளைஞர், கண்ணியமாக, ஆனால், கண்டிப்புடன் மன்னனை நடத்திவந்தார்.

இராணி எனிரிடாவின் முயற்சியால், கலம் ஒன்று தயாராகி விட்டது. மன்னன் அதிலேறி பிரான்சு செல்லலாம். பிறகு, ஐரோப்பிய நாடுகளிலே, மன்னராட்சியை ஆதரிப்பவர்களின் துணையைத் திரட்டி, பிரிட்டன்மீது பாயலாம். மாமன்றம் அரும்பாடுபட்டுப் பெற்றவெற்றியை அழித்திடலாம். வாய்ப்புக் கிடைக்கிறது. என்று மன்னன் சார்பினர் எண்ணிக் கொண்டனர். ஆனால் மன்னன் உடனடியாக ஓடிவிட விரும்பவில்லை. ஸ்காட்லாந்துக்காரரிடம் ‘பேரம்’ பேசிக் கொண்டிருந்தான்.

இதற்கிடையில், மன்னன் தங்கியிருந்த இடத்திலேயே குழப்பம் உண்டாக்கி, மன்னனைத் தப்பிவிடச் செய்வதற்குச் சிறு சிறு முயற்சிகள் நடைபெற்றவண்ணமிருந்தன. மாமன்றம் அமைக்கும் புதிய அரசியல் திட்டம் தங்கள் சுகபோக வாழ்வைக் குலைக்கும் என்று எண்ணிய சுயநலமிகள், இத்தகைய முயற்சிகளைத் தூண்டிவந்தனர்.

“மன்னனைக் காக்க மாவீரரே வாரீர்!

வேந்தனை விடுவிக்கத் திரண்டு வாரீர்!

புரட்சி பொங்குக! மன்னன் வாழ்க!

மன்னருக்காகப் போரிட வருக!”

முரசறைகிறான் காப்டன் பர்லி என்பான். வெளிப்படையாகவே மன்னனோ, மாமன்றப் படையிடம் தோற்றோடினான் - சரண் புகுந்தான் - சிறைப்படுத்தப்பட்டிருக்கிறான்! எனினும், மன்னனுக்காகப் போரிடக் கிளம்புக என்று முரசு அறைகிறான்.

மக்கள் முரசு கேட்டனர்; கேலி பேசினர்.

பெண்கள் சிலரும், துப்பாக்கி தூக்கிய ஒருவனும் தான், இந்த அறப்போருக்குக் கிளம்பினர்! மன்னனுக்கு இருந்த ஆதரவுக்குத் தக்க எடுத்துக்காட்டு!

கலகம் விளைவித்தவன் கூண்டில் தள்ளப்பட்டான்.

பதினொரு திங்கள் இங்கு இருந்தான் மன்னன் - மனத்திலே, மக்களை மகிழ்விக்கத்தக்க எந்த முடிவும் கொள்ளவில்லை. இப்பக்கமும் அப்பக்கமும் பார்த்தவண்ணம், தப்பி ஓட – துணைதேட.

கலம் கடலில் தயாராக இருக்கிறது! கடற்கரை போகக் குதிரையும் தயாராகிவிட்டது! ஆட்கள் வந்து விட்டனர், துணைநிற்க.

மாளிகை மாடியிலிருந்து, பலகணி வழியாகக் கயிறு கட்டி மன்னன் கீழே இறங்கி, தப்பிச் செல்வதென்று திட்டம். இதனை பயர்பிரேஸ் என்பவன் வகுத்துத் தந்தான். பலகணியின் இரும்புக் கம்பிகளின் இடுக்கிலே புகுந்து செல்ல மன்னன் முயன்றான் - தலை நுழைந்தது. உடல் சிக்கிக் கொண்டது. உடன் இருந்தோர் காப்பாற்றினார்; தப்ப முடியவில்லை.

இலண்டன் நகர் சென்று இரும்பைத் துளைக்கும் கருவி கொண்டுவர ஏற்பாடாயிற்று.

இரகசியம் வெளியாகிவிட்டது; காவல் பலமாகிவிட்டது. மன்னனோ தியானம - தொழுகை, தவறாமல் செய்தவண்ணம் இருக்கிறான்.

எத்தன் ஒருவனுடைய துணைகொண்டு, ஜேன்ஹோர் வுட் எனும் மாது, மன்னன் தப்பிச்செல்ல வழி கண்டாள். இரகசியக் கடிதங்கள் பல மன்னனிடமிருந்து, ஜேன் பெற்றாள். இந்தச் சதியும் அம்பலமாகிவிட்டது - தப்பிச் செல்லும் வழி அடைக்கப்பட்டுவிட்டது.

“மன்னவா! விடைபெற்றுக் கொள்ளட்டுமா! தாங்கள் இங்கிருந்து சென்றுவிடத் திட்டமிட்டிருக்கிறீராமே!” என்று கேலிபேசி எச்சரித்தான். கோட்டைக் கவர்னர்.

மன்னன் சீறவில்லையாம்; சிரித்தானாம்!

மாறுவேடம் புனைந்துகொள்வது, மறைந்திருப்பது, காட்டு வழிகளைக் கண்டறிவது, பலகணிக் கம்பிகளை அகற்றுவது போன்று சாகசச் செயலெல்லாம், மன்னன் செய்து பார்த்தான். திறமையை இந்தத் துறைக்கே செலவிட்டானே தவிர, காலத்தின் குறியை அறிந்து, மக்களிடம் தோழமை கொள்வோம் என்ற எண்ணத்தைப் பெற்றானில்லை.

கரம், எக்காரணத்தாலோ வலுவடைந்துவிட்டது. அதனாலேயே, நாம், இவர்களிடம் சிக்கிவிட்டோம். அவர்கள் தம் வலுவை இழந்துவிடுவர். விரைவில்லாவிட்டாலும் சிலகாலம் சென்றான பிறகு. அப்போது மீண்டும் தர்பார் நடத்த இயலும், புரட்சிக்காரரைப் பொசுக்கிவிடலாம் என்று பகற்கனவு கண்டபடி இருந்தான் மன்னன். கருத்து, சதித்திட்டம், சாகசம் இவற்றிலேயே படிந்திருந்தது.

மன்னன் நிலை இவ்வாறிருக்க, மாவீரன் கிராம்வெல் ஸ்காட்லாந்துக்காரர் எதிர்புரட்சி நடத்தக் கிளம்பியதை அழித்தொழித்து வெற்றி கண்டான்.

மன்னன் எந்தத் திக்கிலெல்லாம், உதவி கிடைக்குமென்று எண்ணிக் கொண்டிருந்தானோ, அங்கெல்லாம் கிராம்வெலின் வெற்றி முரசும் கேட்கலாயிற்று. இடிகேட்ட நாகமாயினர் சதிகாரர்கள். கடைசிக் கட்டம் வந்துவிட்டது; இனி மன்னன் தன் ஆதிக்கத்தை மீட்டுக் கொள்வது இயலாத காரியம் என்பது விளக்கமாகிவிட்டது. நாட்டுக்குத் தக்கதோர் ஏற்பாடு செய்யும் தகுதி படைத்த தலைவன் ஆலிவர் கிராம்வெல் என்பதை அனைவரும் ஏற்றுக் கொள்ள வேண்டியதாகிவிட்டது. படையிலே வீரம், நிர்வாகத் துறையிலே திறம், பொதுவாகவே தன்னலமறுப்பு - இவை, கிராம் வெலின் அரண்களாயின.

மாமன்றத்திலே, முணுமுணுப்பாளர்கள், முன்னை நினைவுகளை விடமறுப்போர் ஆகியவர்கள் விரட்டப் பட்டனர் -மாமன்றம் பணியாற்றவேண்டிய அளவு முடிந்து விட்டது. இனி ஒரு பலம் பொருந்திய அரசு முறை வகுத்தாக வேண்டும். அந்தப் பணிக்காக, கிராம்வெலுடன் ஒத்துழைக்கக் கூடியவர்களுக்கு மட்டுமே, மாமன்றத்தில் இடம்! ஐம்பதின்மரே, இதுபோது மாமன்ற உறுப்பினர்கள்.

மன்னனை என்ன செய்வது? பெரும் பிரச்சனையாகி விட்டது. மறப்போம், மன்னிப்போம்! என்று கூறிட மக்களில் ஒரு பகுதியினர்; மற்றோர் பகுதினரோ, குறிப்பாகப் படையினரே, "மன்னன் மக்கள் துரோகி! ஒழித்துக் கட்டத்தான் வேண்டும்" என்று கூறினர்.

"அவன்" வழி காட்டுவான் என்றான் மன்னன். 'அவன்' கட்டளைப்படி நான் நடந்து கொள்வேன் என்றான் கிராம்வெல்.

பிரிட்டனில், சிறையில் மன்னன் - சொந்த அரண்மனையில்தான். ஆனால் பல்லும் நகமும் போன புலி!

விசாரம், வேந்தனைக் கிழவனாக்கிவிட்டது - தலைமயிர் நரைத்துவிட்டது - கண்ணொளி குறையலாயிற்று - அழகழகாகச் சுருளை சுருளையாக இருந்த முடி, பொலிவிழந்து விட்டது. எந்த மன்னனும் பெறத் துணியாத பெருநிலை கேட்டவன் சார்லஸ்! ஆண்டவனுக்குச் சமம் அரசன் என்ற தத்துவம் பேசினவன். மக்களுக்கு, எது உரிமை எது நன்மை என்பதை அறியும் ஆற்றலே மன்னனுக்குத் தான் உண்டு என்று வாதாடியவன். அந்தத் தீதான தத்துவத்துக்காக ஒரு நாட்டையே படுகளமாக்கிவிட்டவன்; பதினோராண்டுகள் மாமன்றம் கூட்டாமல் அரசு புரிந்தவன்; பிரபுக்கள் பலர் பணிவிடை செய்வர்; பிரதாபம் கூறிடுவோர்

பலர்! அவனை எதிர்த்தோர் சிறையிலும், தூக்குமேடையிலும் உயிரிழந்தனர்! அப்படிப்பட்ட சார்லஸ் மன்னன் அடைபட்டுக் கிடக்கின்றான்; ஆலிவர் கிராம் வெல்லின் பேனா முனையில், மன்னன் எதிர்காலம் இருக்கிறது.

கணவனுக்கு உற்ற கதியை எண்ணிக் கண்ணீர் வடித்த வண்ணம் எனிரிட்டா அரசி - பிரான்சில்.

இடையே கடல்! ஒருபுறம் மன்னன் சிறையில்; மற்றோர் புறம் சிறையினும் கொடிய நிலையில் ராணி பிரான்சில்.

இளவரசன், தந்தையுடன் இல்லை. கடைமகனும், மகளும் மட்டுமே பிரிட்டனில் உள்ளனர்.

"என் தலையை வெட்டிவிடுவார்கள், மகனே! வெட்டி விடுவார்கள்!" என்று மகனிடம் மன்னன் கூறுகிறான். மன்னனிடம் கடைசி நாள்வரை பணியாளராக இருந்தவர்கள் கசிந்துருகி அழுகிறார்கள். மன்னன் சாகத் துணிந்து விட்டான்; படையினரின் போக்கை ஆதரித்த மாமன்றம் மரண ஓலை தயாரிக்க இணங்கிவிட்டது.

ஜான்பிராட்ஷா என்ற வழக்கறிஞரைத் தலைவராகக் கொண்ட ஒரு விசாரøணைக் குழு அமைக்கப்பட்டது. 133 உறுப்பினர்கள். வெஸ்ட்மினிஸ்டர் மண்டபத்தில் கூடிய இந்த விசாரணைக் குழுவுக்கு, மன்னன் அழைத்துவரப் பட்டான்.

"நான் உங்கள் மன்னன்! என்னை விசாரிக்கும் தகுதி இந்தக் குழுவுக்குக் கிடையாது. எந்த அதிகாரத்தின் பேரில், என்னை விசாரிக்க முற்பட்டீர்கள்?" என்று கேட்டான் மன்னன்.

"மக்கள் தந்த அதிகாரத்தால்!" என்று பதிலிறுத்தார் பிராட்ஷா. மன்னன்தான், மக்களுக்கு அந்தத் தகுதி கிடையாது என்ற

தத்துவம் கொண்டவனாயிற்றே! விசாரணைக் குழுவின் தகுதியை ஏற்றுக் கொள்ள மறுத்தான்.

குழுவின் கேள்விகளுக்குப் பதில் தருவதில்லை; குறுக்குக் கேள்விகளும் எழுப்புவதில்லை; "என்னை விசாரிக்கும் தகுதி உங்களுக்கு இல்லை" என்றே கூறிவந்தான் - மூன்று நாட்கள்.

முடிவில், மக்கள் உரிமைகளைப் பறித்து, எதேச்சாதிகார ஆட்சி நடத்தி, இறுதியாக மக்கள்மீதே போர் தொடுத்த மாபெரும் துரோகத்துக்காக, மன்னன் சார்லசைத் தூக்கிலிடுவது என்று தீர்ப்பளிக்கப்பட்டது.

மன்னனைத் தூக்கிலிட மக்கள் தீர்ப்பளிக்கிறார்கள்! மக்கள் - வெடிமருந்துக்கிடங்கோ? பசும் புற்றரை மேலே, கீழே வெடிமருந்துக் கிடங்கு என்பதுபோல, அஞ்சி அஞ்சிச் சாகிறவர் களாக, ஆளடிமை செய்பவர்களாகத் தோற்றமளிக்கும் மக்கள், தாங்கக்கூடிய அளவு தாங்கியான பிறகு வெடிமருந்துச் சாலை போலாகிவிடுகின்றனர் - அரியாசனங்கள் ஆடுகின்றன. மணிமுடிகள் சிதறுகின்றன - முடிமட்டுமா! முடிதரித்த சிரமே, இதோ வெட்டப்படுகிறது!

ஓராண்டு ஈராண்டுகளுக்கு முன்பு கூறியிருந்தால் நம்பி இருக்கமாட்டார்கள் - பத்தாண்டுகளுக்கு முன்பு சொல்பவன் பிணமாக்கப்பட்டிருப்பான் - ஆனால் இதோ 1649ஆம் ஆண்டு ஜனவரித் திங்கள் முப்பதாம் நாள், மன்னன் சார்லஸ், அவன் அரண்மனைக்கு எதிலே அமைக்கப்பட்ட தூக்குமேடைக்கு அழைத்துக் கொண்டு வரப்படுகிறான்.

எதிரே மக்கள் திரளாக! ஆனால் கண்டனம் இல்லை; கலகம் இல்லை; இந்த நிலைக்குத் தன்னைத்தானே துரத்திக் கொண்டானே மன்னன், என்ற வருத்தம் தோய்ந்த முகத்துடன் உள்ளனர்.

மன்னன் வருகிறான்! படை வீரர்கள், முரசுகளைக் கொட்டுகிறார்கள்.

மன்னன் தூக்குமேடை ஏறுகிறான் - உடன் இருக்கும் உற்ற நண்பர்கள் அழுகிறார்கள் - ஒருவர் மயக்கமுற்றுக் கீழே சாய்கிறார்.

மன்னன் பதறவில்லை, கதறவில்லை, சிரத்தைச் சாய்கிறான் - ஒரு வெட்டு - சிரம் துண்டிக்கப்பட்டுவிட்டது. "இதோ துரோகியின் தலை" என்று ஒருவன் எடுத்துகாட்டுகிறான். தத்துவத்தால் தன்னைத்தானே அழித்து கொண்ட சார்லசின் சிரத்தை!

மக்கள் கரம், மன்னன் சிரத்தையும் கொய்துவிடும் வலுப்பெற்றது.

அது ஏர்பிடிக்கும், துலாக்கோல் பிடிக்கும், கூப்பும், தழுவும், வரி செலுத்தும், வணக்கம் கூறும் - ஆனால் தாங் கொணாத கொடுமைசெய்து, உரிமையைப் பறித்திடக் கொடுங் கோலன் கிளம்பினால், அந்தக் கரம், அவன் சிரம் அறுக்கும். சார்லஸ் சம்பவம் இதைக் காட்டும், பயங்கரப் பாடம்! பாராள்வோர் எப்போதும் நினைவில் வைத்திருக்க வேண்டிய பாடம்.

(திராவிட நாடு - 1955)

★ ★ ★

9 788198 796349